கிளிமஞ்சாரோவின் வெண்பனி

கிளிமஞ்சாரோவின் வெண்பனி

தமிழில்: கயல்

Title: Kilimaanjaarovin Venpani
Translator's Name: Kayal

Published by Zero Degree Publishing

Zero Degree Publishing
No.75 & 76, I Floor, Kuppusamy Street,
Balaji Nagar, Padi,
Chennai - 600050

Website: www.zerodegreepublishing.com
E Mail id: zerodegreepublishing@gmail.com
Phone: 89250 61999

Zero Degree Firs Edition : January 2026
ISBN : 978-93-95233-96-5
ZDP Title : 78

Rs. 200/-

Cover Design, Layout: Vijayan, Creative Studio
Printed at Rathna Offset, Chennai, India

பொருளடக்கம்

பழிதீர்ப்பவன்

ஆன்டன் செக்காவ்

தன் மனைவி வேறு ஒருவருடன் கட்டிலில் ஒன்றாக இருப்பதைப் பார்த்த சிறிது நேரத்தில், துப்பாக்கிகளை விற்பனை செய்யும் ஷ்மக் அண்ட் கம்பெனியில் பொருத்தமான கைத்துப்பாக்கி ஒன்றைத் தேர்ந்தெடுப்பதற்காக நின்றுகொண்டிருந்தான் சிகைவ். அவனுடைய முகம் கோபத்தையும் துயரத்தையும் மாற்றமுடியாத உறுதியையும் வெளிப்படுத்தியது.

நான் என்ன செய்யவேண்டும் என்பது எனக்குத் தெரியும். குடும்ப அமைப்பின் புனிதத் தன்மைகள் அவமதிக்கப் படுகின்றன. கௌரவம் மண்ணில் இட்டு மிதிக்கப்படுகிறது, ஒழுக்கக்கேடு வெற்றி பெறுகிறது. ஆகவே, ஒரு குடிமகனாகவும், சமூகத்தில் மரியாதைக்குரிய ஒரு நபராகவும் நான் அவர்களைப் பழிவாங்கவேண்டும். முதலில் நான் அவளைக் கொல்வேன். பிறகு அவளுடைய காதலனைக் கொல்வேன். அதற்குப் பிறகு நானும் தற்கொலை செய்துகொள்வேன்... என்று நினைத்தான்.

அவன் இதுவரை ஒரு கைத்துப்பாக்கியைத் தேர்ந்தெடுத்ததோ, யாரையும் கொன்றதோ கிடையாது. ஆனால் ரத்தக் கறை படிந்த மூன்று பிணங்களை, உடைந்த மண்டையோடுகளை, அவற்றில் இருந்து கசிகிற மூளையை, அவர்களின் குழப்பத்தை,

அச்சத்துடன் பார்க்கிற பார்வையாளர்களை, பிணக் கூறாய்வை... அனைத்தையும் இதற்குமுன் அவன் கற்பனைசெய்து பார்த்திருக்கிறான். அவமதிக்கப்பட்ட ஒரு மனிதனின் கொடிய களிப்புடன் உறவினர்களின், பொதுமக்களின் பயத்தையும், அந்தத் துரோகியின் துயரத்தையும் அவன் கற்பனை செய்து பார்த்தான். குடும்ப அமைப்பின் பாரம்பரியங்கள் அழிந்துபோவது பற்றி அடுத்தநாள் வெளிவரக்கூடிய முன்னணி செய்திக் கட்டுரைகளை மனக் கண்ணில் வாசித்தான்.

அந்தக் கடைக்காரன் வட்ட வடிவமான தொப்பையும், கைத்துப்பாக்கிகள் வெளித் தெரியும் வெள்ளை மேலங்கியும் அணிந்திருந்த அந்த பிரெஞ்சுக் கடைக்காரன் மரியாதையான புன்னகையுடன் தன்னுடைய சிறிய பாதங்களைக் கீறியபடி, “துப்பாக்கி இயலின் இறுதிச் சொல்லான இந்த அருமையான ஸ்மித் & வெஸ்சன் வகைத் கைத்துப்பாக்கியை எடுத்துக்கொள்ளுமாறு நான் உங்களை அறிவுறுத்துகிறேன், ஐயா. மும்முறைச் செயல்பாடு கொண்ட இது, வெளியேற்றும் கருவியுடன் இருக்கிறது. பார்வையின் மையப் புள்ளிக்கு அறுநூறு அடிகள் தொலைவில் உள்ளவரையும் கொல்லவல்லது. இன்னும் சிறப்பான ஒரு விஷயத்தை உங்கள் கவனத்திற்குக் கொண்டு வருகிறேன். அது என்னவென்றால் இதன் மேற்பூச்சின் அழகு. மிகுந்த நாகரிகமான அமைப்புடையது. இவற்றைக் கொள்ளையர்களுக்காகவும், ஓநாய்களுக்காகவும், காதலர்களுக்காகவும் தினம் ஒரு டஜனாவது விற்பனை செய்கிறோம். மிகத் துல்லியமானது. வலிமையாகச் செயல்புரியக் கூடியது. நெடுந் தொலைவு சென்று தாக்கக்கூடியது. மனைவியையும் காதலனையும் ஒரே தோட்டாவில் கொல்லும். தற்கொலையைப் பொறுத்தவரை இதைவிடச் சிறப்பான ஒரு அமைப்பைப் பற்றி நான் அறியேன் ஐயா” என்றான்.

அந்தக் கடைக்காரன் விசையை சத்தத்துடன் இழுத்துத் துப்பாக்கிக் குழலின்மீது தன் மூச்சை நன்றாக விட்டுப் பின், குறிபார்த்து உவகையில் மூச்சிழந்த முகபாவனையைக் காட்டினான். களிப்பூறும் அந்த முகபாவனையைக் கண்ட எவருக்கும் ஸ்மித் வெஸ்சனின் வகையைப் போன்ற ஓர் அருமையான கைத்துப்பாக்கியை வைத்திருந்தால், தானும் யாருடைய மூளைக்குள்ளாவது ஒரு தோட்டாவைச் செலுத்தலாம் என்றே தோன்றும்.

“இது என்ன விலை?” என்று கேட்டான் சிகைவ்.

“நாற்பத்தி ஐந்து ரூபிள், ஐயா.”

“ம்ம்!... எனக்கு மிக அதிகம்.”

“அப்படியெனில் நான் உங்களுக்குச் சிறிது விலை குறைவான வேறு ஒருவகை துப்பாக்கியைத் தருகிறேன். உங்களுக்கான ஏகப்பட்ட தேர்வுகள் எல்லா விலையிலும் எங்களிடம் இருக்கின்றன. உதாரணத்திற்கு, இதைப் பார்த்தீர்களேயானால் இது லெஃபாச்சர் கைத்துப்பாக்கி. வெறும் பதினெட்டு ரூபிள்தான். ஆனால்... (கடைக்காரன் தன் முகத்தை அலட்சியமாகச் சுளித்தான்) அது ஒரு அரதப் பழசான தயாரிப்பு. வெறிபிடித்த பெண்களும் மனநலம் குன்றியவர்களும் மட்டுமே அதை வாங்குகிறார்கள். தற்கொலை செய்வதற்கும் மனைவியைக் கொல்வதற்கும் லெஃபாச்சர் வகைக் கைத்துப்பாக்கி இப்போதெல்லாம் சரியான தேர்வு இல்லை. ஸ்மித் வெஸ்சன் ஒன்றுதான் அதற்கான மிகச் சரியான தேர்வு.”

“நான் தற்கொலை செய்துகொள்ளவோ வேறு யாரையும் கொல்லவோ விரும்பவில்லை. ஒரு கிராமத்து வீட்டில்... கொள்ளையர்களை பயமுறுத்துவதற்காக எனக்கு துப்பாக்கி வேண்டும்” என்று கடுகடுப்புடன் சொன்னான் சிகைவ்.

“என்ன காரணத்துக்காக நீங்கள் அதை வாங்குகிறீர்கள் என்பதைப் பற்றி எங்களுக்கு அக்கறை இல்லை” கடைக்காரன் தன்னுடைய கண்களைத் தாழ்த்தியபடி புன்னகைத்தான். “ஒவ்வொருவரும் என்ன காரணத்துக்காகத் துப்பாக்கி வாங்குகிறார்கள் என்று நாங்கள் விசாரணை செய்தால் எங்கள் கடையை மூடவேண்டி இருக்கும், ஐயா. கொள்ளையர்களைப் பயமுறுத்த லெஃபாச்சர் ஒரு சரியான தேர்வு கிடையாது. ஏனெனில் அது மங்கிய சத்தத்தை மட்டுமே ஏற்படுத்தும். ஆகவே அதற்குப் பதிலாக சண்டைத் துப்பாக்கி என்றழைக்கப்படும் மோர்டிமரை...”

நான் அவனைச் சண்டைக்கு அழைத்தால் என்ன?... எனும் சிந்தனை சிகைவின் மனதில் மின்னி மறைந்தது. ஆனால், அது அவனுக்குச் சிறிது அதிகப்படியான மரியாதையைத் தருவதாகி விடும்.. அவனைப் போன்ற மிருகங்கள், நாய்களைப் போலக் கொல்லப்பட வேண்டியவர்கள்...

கடைக்காரன் வசீகரமான அசைவுகளுடன் தன்னுடைய சிறிய பாதங்களை முன்னும் பின்னும் இடறியபடி, நிலைத்த

புன்னகையுடன் தொணதொணத்துக்கொண்டு கைத் துப்பாக்கிகளின் பெரிய குவியல் ஒன்றை எதிரே வைத்தான். அதில் மிகக் கவர்ச்சியாகவும் கவனத்தை ஈர்ப்பதாகவும் இருந்தது ஸ்மித் அண்ட் வெஸ்சென்ஸ் தான்.

சிகைவ் ஒரு கைத்துப்பாக்கியை எடுத்து, எந்த உணர்ச்சியுமற்று நீண்ட நேரம் அதை உற்றுப் பார்த்தபடி சிந்தனையில் மூழ்கினான். அவர்களுடைய மூளையை எப்படிச் சிதறடிப்போம், கம்பளிமீதும் தரையின்மீதும் ரத்தம் எப்படிக் குளமாகப் பெருகும், அந்தத் துரோகியின் கால்கள் அவளுடைய இறுதித் துயரத்தின்போது எப்படிப் பின்னிக்கொண்டிருக்கும் என்பதையெல்லாம் அவன் தன்னுடைய கற்பனையில் காட்சிப்படுத்திப் பார்த்தான். சீற்றத்திலிருந்த அவனுடைய ஆன்மாவிற்கு அது போதுமானதாக இல்லை. ரத்தத்தின், ஓலத்தின், திகிலின் காட்சி அவனைத் திருப்திப்படுத்தவில்லை.

இன்னும் பயங்கரமான ஏதாவது ஒன்றை யோசிக்கவேண்டும் என்று முடிவு செய்தான்.

எனக்குத் தெரியும்! அவனைக் கொன்று நானும் தற்கொலை செய்துகொள்வேன். ஆனால் அவளை உயிருடன் விட்டுவிடுவேன். அவள் தன்னுடைய மனசாட்சியின் கொடுக்குகளாலும், தன்னைச் சுற்றி இருப்போரின் அவமதிப்பாலும் பலவீனம் அடையட்டும். உணர்ச்சிவயப்படுகிற அவளைப் போன்றோர்க்கு அது மரணத்தை விடத் துயர் தரக் கூடியது...

உதடுகளில் கனிவான புன்னகையேந்தி, காயத்துடன் சவப்பெட்டியில் படுத்துக் கிடக்கிற தன்னையும், தனக்கு நடக்கப்போகிற ஈமச் சடங்குகளையும் கற்பனை செய்து பார்த்தான். கோபமுற்ற கூட்டம் தன்மீது வீசும் இகழ்ச்சி நிறைந்த பார்வையிலிருந்து தப்பிக்க எங்குபோய் ஒளிந்துகொள்வது என்று அறியாது நியோபேயைப் போல (கிரேக்க கதாபாத்திரம். குழந்தையை இழந்த துக்கத்தில் கல்லாகிவிட்டதாக புராதனக் கதை உண்டு.) சவப்பெட்டியைத் தொடர்ந்து நடந்து வந்துகொண்டிருக்கிற, மன உளைச்சலால் சித்திரவதைக்கு ஆளாகி வெளிறிப்போன தன் மனைவியைக் கற்பனை செய்து பார்த்தான்.

“ஐயா, உங்களுக்கு ஸ்மித் அண்ட் வெஸ்சன் தயாரிப்புதான் பிடித்திருக்கிறது என்று நினைக்கிறேன்...” கடைக்காரன் அவனுடைய

சிந்தனையோட்டத்துக்கு இடையே புகுந்தான். "விலை அதிகம் என்றால் ஐந்து ரூபிள் குறைத்துத் தருகிறேன். ஆனால் எங்களிடம் விலைகுறைந்த மற்ற பிராண்டுகளும் உள்ளன."

அந்தச் சிறிய பிரெஞ்சு உருவம் நயத்துடன் திரும்பி இன்னொரு டஜன் கைத்துப்பாக்கிகளை அலமாரியிலிருந்து வெளியே எடுத்தது.

"இந்தாருங்கள். இதன் விலை முப்பது ரூபிள்தான். பணத்தின் மதிப்பு மிக மோசமாகச் சரிவதை அறிந்தும் சுங்கக் கட்டணம் ஒவ்வொருமணி நேரத்துக்கும் அதிகரித்துக் கொண்டு வருகின்ற இன்றைய சூழ்நிலையில் இந்த விலை அவ்வளவு அதிகம் இல்லை. நான் ஒரு இடதுசாரி எனச் சூளுரைப்பவன்தான். ஆனால் நானும்கூட இப்போது முணுமுணுக்கத் தொடங்கியுள்ளேன். அதற்குக் காரணம், பணப் பரிமாற்றத்தின் தற்போதைய மதிப்பும் சுங்க வரியும் செல்வந்தர்கள் மட்டுமே இனி துப்பாக்கிகளை வாங்கமுடியும் என்ற நிலையை ஏற்படுத்தியுள்ளன. ஏழைகளுக்கு டூலா ஆயுதங்கள், கந்தகக் குச்சிகள்தவிர எதுவும் மிஞ்சி இல்லை. டூலா ஆயுதங்களோ ஒரு துயரம். நீங்கள் டூலா கைத் துப்பாக்கியால் உங்களுடைய மனைவியைக் குறிபார்த்தால் இறுதியில் குண்டு உங்கள் தோள்பட்டையைக் கடந்து நீங்கள் உங்களையே சுட்டுக்கொண்டிருப்பீர்கள்" என்றான்.

தான் இறந்துவிட்டால் அந்தத் துரோகியின் வேதனையைத் தன்னால் பார்க்கமுடியாது போய்விடும் என்பதை நினைத்து சிகைவ் திடீரெனத் துயரமாகவும் வருத்தமாகவும் உணர்ந்தான். பழிவாங்குதல் என்பது ஒருவன் அதை நேரடியாகப் பார்த்து, அதன் கனிகளைச் சுவைக்கிறபோதுதான் இனிமையாக இருக்கும். அதைப்பற்றி எதுவும் அறியமுடியாமல் அவன் தன் சவப்பெட்டிக்குள் இருந்தால், பிறகு அதனால் என்ன பயன்?

நான் இப்படிச் செய்தால் என்ன... முதலில் அவனைக் கொன்று, பின் அவனுடைய சவ ஊர்வலத்தைப் பார்வையிடச் செல்வேன். சவஊர்வலம் நடந்த பிறகு நான் தற்கொலை செய்து கொள்வேன்... என்றாலும் சவ ஊர்வலத்துக்கு முன்பே அவர்கள் என்னைக் கைதுசெய்து என் துப்பாக்கியை எடுத்துக்கொள்வார்கள்... ஆகவே நான் முதலில் அவனைக் கொல்வேன். அவளை உயிரோடு விட்டுவிடுவேன். நான்... இப்போதைக்கு நான் தற்கொலை செய்துகொள்ளமாட்டேன். ஆனால் அங்கு போய்க் கைதாகி

விடுவேன். எப்போது வேண்டுமானாலும் என் தற்கொலைக்கு நேரம் இருக்கும். அப்படிக் கைதாவதில் ஓர் அனுகூலம்... முதல்கட்ட விசாரணையில் அவளுடைய நடத்தை குறித்த பெரும் பழியை அரசுக்கும் பொதுமக்களுக்கும் வெளிப்படுத்தும் ஒரு வாய்ப்பை அது எனக்குத் தரும். அப்படியில்லாமல் நான் தற்கொலை செய்துகொண்டால் அவள் தன் இயல்பான குணங்களான வஞ்சகத்தாலும் திமிராலும் எல்லாப் பழியையும் என்மீது சுமத்திவிடுவாள். பிறகு சமூகம் அவளுடைய நடத்தையை நியாயப்படுத்தி, நிச்சயமாக என்னைப் பார்த்துச் சிரிக்கவும் செய்யலாம்... அதாவது நான் அதுவரை உயிருடன் இருந்தால்...

ஒரு நிமிடத்திற்குப் பிறகு அவன் இவ்வாறு யோசித்துக் கொண்டிருந்தான்:

ஆமாம். நான் தற்கொலை செய்துகொண்டால், இவன் அற்ப எண்ணம் கொண்டவனோ, என என்னைப் பற்றி சந்தேகப் படுவார்கள். என்னைக் குற்றம் சாட்டுவார்கள். அதுமட்டுமின்றி நான் ஏன் தற்கொலை செய்துகொள்ளவேண்டும்? தற்கொலை செய்துகொள்வது கோழைத்தனமானது. நான் அவனைக் கொன்று விட்டு அவளை உயிருடன் விட்டுவிடுவேன். என்மீதான வழக்கைச் சந்திப்பேன். வழக்கு நடக்கும். அவள் வழக்கு மன்றத்துக்கு ஒரு சாட்சியாக வரவழைக்கப்படுவாள். என்னுடைய வழக்கறிஞர் அவளை விசாரணை செய்யும்போது அவளுடைய குழப்பத்தை, அவளுக்கு நிகழும் அவமதிப்பை என்னால் இப்போதே கற்பனை செய்து பார்க்கமுடிகிறது. வழக்கு மன்றமும், செய்தியாளர்களும், பொதுமக்களும் நிச்சயமாக என்மீதுதான் அனுதாபம் காட்டுவார்கள்...

அவன் இவ்வாறு யோசித்துக்கொண்டிருக்கும்போது கடைக்காரன் தன்னிடம் இருந்த இன்னும் சில பொருட்களை அவன்முன் காட்சிப்படுத்தினான். தன்னுடைய வாடிக்கையாளரைத் திருப்திப்படுத்துவது தன்னுடைய கடமை என அவன் நினைத்தான்.

“இவை இப்போதுதான் வந்து சேர்ந்த புதிய வடிவமைப்புகள்” என்றபடி மேலும் மேலும் தகவல்களை நீட்டி முழக்கினான்.

“ஆனால் நான் உங்களிடம் இப்போதே சொல்லிவிடுகிறேன். இந்த எல்லா அமைப்புகளுமே ஸ்மித் அண்ட் வெஸ்சனுக்கு முன் எதுவுமே இல்லை. நீங்கள் நிச்சயம் இந்தச் செய்தியைப்

படித்திருப்பீர்கள் என்று நான் நினைக்கிறேன். ஒருநாள் ஒரு அதிகாரி எங்களிடம் இருந்து ஸ்மித் அண்ட் வெஸ்சனை வாங்கினார். தன்னுடைய மனைவியின் காதலனைச் சுட்டார். உங்களால் நம்பமுடிகிறதா? அந்தத் துப்பாக்கிக் குண்டு, அவன் உடலை ஊடுருவிச் சென்று, அங்கிருந்த வெண்கல விளக்கையும் பிறகு பியானோவையும் துளைத்துத் தெறித்து, அவன் மனைவியின் மடியிலிருந்த நாயைக் கொன்று அவளையும் காயப்படுத்தியது. இது எங்கள் கம்பெனிக்குப் பெருமை சேர்க்கும் ஓர் அற்புத சாதனை. இப்போது கைது செய்யப்பட்டுள்ள அந்த அதிகாரி நிச்சயமாகக் குற்றம் நிரூபிக்கப்பட்டுச் சிறைச்சாலைக்கு அனுப்பப்படுவார். இதில் முதல் விஷயம் மிகவும் பின்தங்கிய நம்முடைய குற்றவியல் நடைமுறை. அடுத்தது, வழக்குமன்றம் எப்போதுமே காதலனைப் பார்த்துதான் பரிதாபம் கொள்ளும். ஏன் அப்படி? பதில் மிகவும் எளிமையானது. நீதிபதி, அரசுத் தரப்பு, எதிர்த்தரப்பு வழக்கறிஞர்கள், என அனைவருமே வேறு ஒருவரின் மனைவியுடன் வாழ்பவர்கள். ரஷ்யாவின் கணக்கில் ஒரு கணவன் குறைந்தான் என்பது அவர்களுக்கு இன்னும் வசதியாகப் போய்விடுகிறது. அரசாங்கம் எல்லாக் கணவர்களையும் சஹாலின் தீவுக்கு அனுப்பிவிட்டால் சமூகம் மிகவும் மகிழ்ச்சி அடையும். இப்பொழுது நிகழ்ந்துகொண்டிருக்கும் ஒழுக்கச் சீர்கேடுகளைப் பார்க்கையில் என் கோபம் எவ்வாறு தூண்டப்படுகிறது என்பதைப் பற்றி உங்களுக்குத் தெரியாது. மற்ற ஆண்களின் மனைவியரைக் காதலிப்பது என்பது இப்போதெல்லாம்... மற்ற ஆண்களின் சிகரெட்டைப் புகைப்பதைப்போல, மற்ற ஆண்களின் புத்தகங்களைப் படிப்பதுபோல, வழக்கமான ஒன்றாக மாறிப்போயிருக்கிறது. ஒவ்வொரு வருடமும் எங்களுடைய தொழில் மோசமாகிக்கொண்டே வருகிறது. அதற்கு அர்த்தம் மனைவிகள் அதிக விசுவாசம் உள்ளவர்களாக மாறிவிட்டார்கள் என்பதல்ல. கணவர்கள் தாங்களாகவே இந்நிலையை ஏற்றுக்கொண்டுவிட்டதாலும் சட்டத்தையும் தண்டனையையும் கண்டு அஞ்சுவதாலும்தான்."

கடைக்காரன் சுற்றுமுற்றும் பார்த்து மெல்லிய குரலில், "இது யாருடைய தவறு, ஐயா?... அரசாங்கத்தினுடையது!"

சிகைவ் இப்போது மிகவும் தீவிரமாக யோசித்தான்... அவளைப் போன்ற ஒரு பன்றிக்காக சஹாலின் தீவுக்குச் செல்வது என்பது

அர்த்தமற்றது. நான் சிறைச்சாலைக்குச் சென்றுவிட்டால் மீண்டும் ஒரு திருமணம் செய்துகொண்டு இரண்டாவது கணவனையும் ஏமாற்றுவதற்கான ஒரு வாய்ப்பைத்தான் என் மனைவிக்கு அது ஏற்படுத்தித் தரும். அவள் வெற்றி பெறுவாள். ஆகவே நான் அவளை உயிருடன் விட்டுவிடுவேன். நானும் தற்கொலை செய்துகொள்ளமாட்டேன். அவனை... அவனையும் நான் கொல்லமாட்டேன். மேலும் விவேகமும் பயனும் உள்ள வேறு ஒரு திட்டத்தை நான் யோசிக்கவேண்டும். அவமதிப்பின் மூலம் அவர்களைத் தண்டித்து, விவாகரத்து நடவடிக்கை எடுத்து, அவர்களுக்கு அவதூறை ஏற்படுத்துவேன்....

அலமாரியில் இருந்து இன்னொரு டஜன் கைத்துப்பாக்கிகளை எடுத்த கடைக்காரன், “ஐயா! இது இன்னொரு பிராண்ட். இதன் தாழின் அசல் செயல்திறனைப் பற்றி உங்களுக்குச் சொல்ல விரும்புகிறேன்” என்றான்.

இந்தத் தீர்மானமான முடிவுக்குப் பின் சிகைவுக்கு கைத்துப்பாக்கியால் எந்தப் பயனுமில்லை. ஆனால் அந்தக் கடைக்காரன் இதற்கிடையில் மேலும் மேலும் உற்சாகம் பெற்றவனாகத் தன்னுடைய கடையில் இருந்த பொருட்களை அவன்முன் காட்சிப்படுத்திக்கொண்டபடியே இருந்தான். முன்பு சீற்றமுற்றிருந்த கணவன், எதையும் வாங்காத தன்பொருட்டு புன்னகைத்து, உற்சாகத்தைக் காட்டிக்கொண்டு, நேர விரயம் செய்து கடைக்காரன் தொந்தரவுக்கு உள்ளாகிறானே என இப்போது வெட்கமுற்றான்.

“அப்படியானால்” என முணுமுணுத்தவன், “நான் பிறகு வந்து பார்க்கிறேன்... அல்லது யாரையாவது அனுப்புகிறேன்” என்றான்.

கடைக்காரனின் முகபாவனைகளை அவன் பார்க்கவில்லை. ஆனால் அந்த இக்கட்டான நிலைமையைச் சற்றுச் சீர்படுத்தும் பொருட்டு எதையாவது வாங்கியாக வேண்டிய நிர்ப்பந்தத்தை அவன் உணர்ந்தான். ஆனால், என்ன வாங்குவது? விலை மலிவான ஏதாவது ஒன்றை வாங்குவதற்காகக் கடையின் சுவர்களைப் பார்த்தான். அவனுடைய கண்கள் கதவருகில் தொங்கிக்கொண்டிருந்த ஒரு பச்சை நிற வலையின்மீது நிலைத்தன.

“அது... அது என்ன?”

"அது காடைகளைப் பிடிக்கப் பயன்படும் வலை."

"அது என்ன விலை?"

"எட்டு ரூபுள், ஐயா."

"அதை எனக்காக உறையில் இட்டுத் தாருங்கள்."

சீற்றத்துடன் வந்த அந்தக் கணவன் எட்டு ரூபுளைச் செலுத்தி, வலையை எடுத்துக்கொண்டான். இப்போது இன்னும் அதி சீற்றத்துடன் கடையை விட்டு வெளியேறினான்.

பாவ்லோவிச் செக்காவ் (1860-1904)

ரஷ்ய நாடக ஆசிரியரும் சிறுகதை எழுத்தாளருமான ஆன்ட்டன் செக்காவ், புனைகதை இலக்கிய உலகில் தலைசிறந்தவராகக் கருதப்படுகிறார். நாடக ஆசிரியராக இருந்து இவர் படைத்த 'கடற்புறா,' 'அங்கிள் வான்யா', 'மூன்று சகோதரிகள்', 'செர்ரிப் பழத்தோட்டம்' ஆகிய நான்கு செவ்வியல் நாடகங்களும் இவரது சிறந்த சிறுகதைகளும் ஏனைய எழுத்தாளர்களிடமிருந்தும் விமர்சகர்களிடமிருந்தும் இவருக்குத் தனி மரியாதையை ஏற்படுத்தின. ஹென்ரிக் இப்சன், ஆகஸ்ட் ஸ்ட்ரின்ட்பெர்க் ஆகிய இருவருடனும் இணைந்து செகாவ் நவீனத்துவத்தை மேடைகளில் புகுத்தினார். நாடகங்களில் நவீனத்துவத்தைத் தொடங்கி வைத்ததில் இம்மூவரும் முக்கியமானவர்களாகக் குறிப்பிடப்படுகின்றனர். செகாவ் தமது இலக்கியப் பயணத்தோடு, மருத்துவப் பணியையும் செவ்வனே மேற்கொண்டுவந்தார்.

எடுப்பார் கைப்பிள்ளை

லியோ டால்ஸ்டாய்

ஒருமுறை, அல்யோஷாவின் அம்மா, பால் நிறைந்த பானை ஒன்றை மத குருவின் மனைவியிடம் தரச் சொல்லி அவனிடம் கொடுத்து அனுப்பியபோது அவன் எதிலோ இடறி விழுந்து அதை உடைத்துவிட்டான். இதனால் அவனுடைய அம்மாவிடம் இருந்து அவனுக்கு நல்ல அடி கிட்டியதோடு கிராமத்திலிருந்த சிறுவர்கள் அவனை, "பானை! பானை!" என்று கிண்டலடிக்கத் தொடங்கினர். இப்படித்தான் இந்தச் "செல்லப் பெயர்" அவனை வந்தடைந்தது. அல்யோஷா, ஒடிசலான உடலும், பறவைகளின் சிறகுகளைப்போல வெளியே நீட்டிக்கொண்டு தனியாகத் தொங்கும் காதுகளும், பெரிய மூக்கும் கொண்டவன்.

"அல்யோஷாவின் மூக்கு, குச்சி மீதிருக்கும் சுரை போன்றது" என்று சிறுவர்கள் அதையும் எப்போதும் கிண்டல் அடித்தார்கள். அல்யோஷா வாழ்ந்த கிராமத்தில் ஒரு பள்ளி இருந்தது. ஆனால் படிப்பது எழுதுவது போன்ற விஷயங்கள் அவனுக்கு எளிதானதாக இல்லை. அத்துடன் கற்றுக்கொள்வதற்கு அவனுக்கு நேரமில்லை. அவனுடைய அண்ணன் ஒரு வியாபாரியுடன் நகரத்தில் வசித்துவந்ததால் தன் குழந்தைப் பருவத்தில் இருந்தே தன்னுடைய அப்பாவுக்கு உதவிவந்தான் அல்யோஷா. அவனுக்கு ஆறு வயது இருக்கும்போதே தம் குடும்பத்துக்குச்

சொந்தமான பசுவையும் ஆடுகளையும் மேய்ச்சல் நிலத்தில் தன் தங்கையுடன் இருந்து பார்த்துக்கொள்வான். அவன் வளர்ந்து பெரியவனாவதற்குப் பலகாலம் முன்பே தம் குதிரைகளை இரவும் பகலுமாகக் கவனித்துக்கொண்டான். தன் பனிரெண்டு வயதுமுதல் உழவுவேலை செய்து குதிரை வண்டியும் ஓட்டினான். இந்த அத்தனை வேலைகளையும் தினந்தோறும் செய்யும் அளவுக்கு அவனுடைய உடலில் வலிமை இல்லை. ஆனால் அவனிடம் வேறொன்று இருந்தது எப்போதும் மகிழ்ச்சியாக இருக்கும் அவனுடைய குணம். மற்ற சிறுவர்கள் அவனைப் பார்த்துக் கிண்டலடித்துச் சிரிக்கும்போது அவன் அமைதியாகவோ, தன்னை நினைத்துத் தானும் சிரித்துக்கொண்டோ இருப்பான். அவனுடைய அப்பா அவனைச் சபிக்கும்போது அமைதியாக நின்று கவனித்துக்கொண்டிருப்பான். சிரிப்பதும் சபிப்பதும் முடிந்தபின் அவர்கள் அவனை மறுபடி உதாசீனம் செய்யத் தொடங்கும்போது, தான் பார்த்துக்கொண்டிருந்த வேலையை விட்ட இடத்தில் இருந்து தொடர்வான்.

அல்யோஷாவுக்குப் பத்தொன்பது வயதானபோது அவனுடைய அண்ணன் ராணுவத்தில் சேர்க்கப்பட்டான். அண்ணனுக்குப் பதிலாக அல்யோஷாவை அந்த வியாபாரியின் வீட்டில் பணியாளாகச் சேர்ப்பதற்கான ஏற்பாடுகளை அவனுடைய அப்பா செய்தார். அண்ணனின் பழைய காலணிகள், அப்பாவின் தொப்பி, அங்கி ஆகியவற்றுடன் நகரத்துக்கு அழைத்துச் செல்லப்பட்டான். தன் புதிய ஆடைகளைக் கண்டு அல்யோஷா மிகவும் மகிழ்ச்சி அடைந்தான். ஆனால், அந்த வியாபாரியோ அவனுடைய தோற்றத்தைப் பார்த்துக் கடும் அதிருப்தி அடைந்தார்.

“செம்யோனைப் போன்ற ஒரு இளைஞனை அழைத்து வருவீர்கள் என்று நினைத்தேன்” என்றபடி அந்த வியாபாரி அல்யோஷாவைக் கவனமாக ஆராய்ந்தார். “ஆனால் நீங்கள் இப்படிப்பட்ட ஒரு அழுமூஞ்சியை என்னிடம் அழைத்து வந்திருக்கிறீர்கள். இவன் எந்த வேலையையாவது சிறப்பாகச் செய்வானா?” என்று கேட்டார்.

“எல்லா வேலைகளையும் இவனால் செய்யமுடியும். குதிரைக்குச் சேணம் பூட்டி நீங்கள் எங்கு போக விரும்புகிறீர்களோ இவன் உங்களை அங்கு அழைத்துச் செல்வான். வேலை செய்வதில் தீராத ஆவல் கொண்டவன். பார்வைக்குத்தான் பூச்சிபோல

இருப்பான். ஆனால் உண்மையில் இரும்புக் கம்பியைப் போல உறுதியானவன்."

"அது வெளிப்படையாகவே தெரிகிறது. நீ சொன்ன மற்ற விஷயங்களைப் பற்றி நான் பிறகுதான் தெரிந்துகொள்ள முடியும்" என்றார்.

"எல்லாவற்றுக்கும் மேலாக எதற்கும் எதிர்த்துப் பேசாமல், சொன்ன வேலையைச் செய்வான். வேலை செய்வது என்றால் அவனுக்கு மிகவும் பிடிக்கும்."

"நல்லது. இதற்குமேல் நான் என்ன சொல்வது? இவனை இங்கு விட்டுச் செல்."

ஆகவே, அல்யோஷா அந்த வியாபாரியுடைய வீட்டில் வாழத் துவங்கினான்.

★

வியாபாரியின் குடும்பம் அவ்வளவு பெரியதொன்றும் இல்லை. வியாபாரியின் அம்மா, மனைவி, மூன்று குழந்தைகள் ஆகியோர் அந்த வீட்டில் இருந்தனர். தொடக்கப்பள்ளிக் கல்விமட்டுமே பயின்றிருந்த மூத்த மகன் திருமணமாகி, வியாபாரியுடன் தொழில்புரிந்து வந்தான். அவருடைய இன்னொரு மகன், படிப்பாளி வகையறா, உயர்நிலைப் பள்ளிப் படிப்பை முடித்தபின் சிலகாலம் பல்கலைக்கழகத்தில் இருந்தான். ஆனால் அங்கிருந்து வெளியேற்றப்பட்டு, இப்போது வீட்டில்தான் இருக்கிறான். வியாபாரிக்கு உயர்நிலைப் பள்ளியில் படிக்கும் ஒரு மகளும் இருக்கிறாள்.

பார்வைக்குப் படு கிராமத்தானாகவும் மோசமாக உடை உடுத்தியும் இருந்த அல்யோஷாவை முதலில் அவர்களுக்குப் பிடிக்கவில்லை. அவனிடம் நல்ல பழக்கவழக்கங்கள் சிறிதும் இல்லை. கிராமத்தில் கூப்பிடுவதுபோல எல்லோரையும் முறைவைத்துக் கூப்பிட்டுக்கொண்டிருந்தான். ஆனால், வெகு சீக்கிரமே அவனுடைய வழிமுறைகளுக்கு அவர்கள் பழகிப்போனார்கள். அவனுடைய அண்ணனைவிட அவன் சிறந்த பணியாளாகவும், ஏதாவது கேட்டால் எப்போதும் உடனே பதில் கூறுபவனாகவும் இருந்தான். என்ன வேலை கொடுத்தாலும் விருப்பத்துடனும் வேகமாகவும் செய்தான். வேலை

செய்வதை எப்போதும் நிறுத்தாதவனாக, ஒரு வேலையை முடித்து இன்னொன்று என்று போய்க்கொண்டே இருந்தான். அவனுடைய வீட்டில் நடந்ததைப்போலவே இந்த வியாபாரியுடைய வீட்டிலும் எல்லா வேலையும் அல்யோஷாவுக்கே தரப்பட்டது. அவன் அதிகமாக வேலை செய்யச் செய்ய இன்னும் அதிகமான வேலைகளை அவன்மீது குவித்தார்கள். அந்த வீட்டின் எஜமானியம்மாள், அவளுடைய வயதான மாமியார், மகள், இளைய மகன், வியாபாரியின் குமாஸ்தா, சமையல்காரி என அனைவரும் அவனை இங்குமங்கும் அனுப்பி, தங்கள் மனதில் என்னவெல்லாம் தோன்றுகிறதோ அத்தனை உத்தரவுகளும் இட்டு, அவற்றைச் செய்யச் சொல்லி ஏவுவார்கள். "ஏய்! ஓடு, இதைச் செய்" அல்லது "அல்யோஷா இதை இப்போதே சீர்படுத்து" அல்லது "ஏய்! மறந்துவிட்டாயா? இங்கே பார், மறக்காதே" என்பவைதான் அவன் காதுகளில் ஒலித்த ஒரே விஷயம். அல்யோஷா ஓடினான், சீர்படுத்தினான், பார்த்தான், மறக்காது இருந்தான். எல்லாவற்றையும் செய்து முடித்து அவற்றின் இடையே புன்னகைத்துக்கொண்டும் இருந்தான்.

ஓடியோடி வேலை செய்து, தன்னுடைய அண்ணனின் காலணியைச் சீக்கிரமே பழுதாக்கிவிட்டான். கந்தலாகக் கிழிந்திருந்த அதை அணிந்து வெறும் கால்கள் வெளியே நீட்டியபடி அவன் நடந்ததற்காக அந்த வியாபாரி அவனைக் கடுமையாகத் திட்டினார். சந்தையில் புதிய காலணிகள் வாங்கிக்கொள்ளுமாறு கட்டளையிட்டார். புத்தம்புதிய அந்தக் காலணிகள் அவனுக்கு மிகுந்த மகிழ்ச்சியைத் தந்தன. ஆனால் அவனுடைய பாதம் முன்பு இருந்ததைப் போலவே பழையதாக இருந்தது. அன்று மாலைக்குள் அவன் ஓடிய ஓட்டத்தில் அவை வலித்ததால் அவனுக்கு அவற்றின்மீது கோபம் ஏற்பட்டது. கூலியை வசூலிப்பதற்காகத் தன் அப்பா இங்கு வரும்போது புதிய காலணிக்கான விலையை எஜமானன் அவனுடைய கூலியிலிருந்து கழித்ததற்காக மிகவும் கோபப்படுவார் என்று அவன் பயந்தான்.

குளிர்பருவத்தில் விடியுமுன் எழுந்து விறகுகளை வெட்டி, தொழுவத்தைக் கூட்டிப் பெருக்கி, பசுக்களுக்கும் குதிரைகளுக்கும் தீவனமும் தண்ணீரும் வைப்பான். அதற்குப் பிறகு, அடுப்பைப் பற்ற வைப்பான். காலணிகள், அங்கிகள் ஆகியவற்றின் அழுக்கை நீக்கி, தேநீர்க் கெண்டிகளை வெளியே எடுத்து அவற்றைத் துடைத்துப்

பளபளப்பாக்குவான். பிறகு கடையில் இருந்து பொருட்களை வெளியே எடுத்து வைப்பதற்காக குமாஸ்தா அவனை அழைப்பார். அல்லது சமையல்காரி மாவு பிசைந்து தரவும் பாத்திரங்களைக் கழுவவும் உத்தரவு பிறப்பிப்பாள். அதற்குப் பிறகு யாருக்காவது எதாவது சேதி சொல்ல நகரத்துக்கோ, வியாபாரியின் மகளைக் கூட்டிக்கொண்டு வருவதற்காக பள்ளிக்கோ அனுப்பப்படுவான். அல்லது விளக்கில் ஊற்றும் எண்ணெய் வாங்கி வருவதற்காகவோ அல்லது எஜமானனின் வயதான அம்மாவுக்காக ஏதாவது வாங்கி வருவதற்காகவோ அவன் செல்லவேண்டும்.

“நீ ஒரு தண்டக் கருமம்! இவ்வளவு நேரம் எங்கே ஊர் சுற்றிக்கொண்டிருந்தாய்?” என்று ஒருவர் மாற்றி ஒருவர் அவனிடம் கேட்பார்கள். அல்லது, “நீ ஏன் போகிறாய்? உனக்காக அல்யோஷா ஓடுவான். அல்யோஷா, அல்யோஷா!” என்று தங்களுக்குள்ளாகவே பேசிக்கொள்வார்கள். அல்யோஷாவும் ஓடுவான்.

அல்யோஷா இந்த ஓட்டத்தின் இடையேதான் எப்போதும் தன் சிற்றுண்டியை உண்ணுவான். இரவு உணவுக்குப் பெரும்பாலும் சரியான நேரத்திற்கு வரமாட்டான். மற்றவர்களோடு ஒருநாளும் உணவு உட்கொள்ள வராததற்காக சமையல்காரி அவனிடம் கோபித்துக்கொள்வதுண்டு. ஆனால், அவனுக்காகப் பரிதாபப்பட்டு மாலைநேரச் சிற்றுண்டியிலும், இரவு உணவிலும் எதையாவது அவனுக்காகத் தனியே எடுத்துவைத்து, சூடாகத் தருவாள்.

விடுமுறைக் காலங்களிலும் அதற்குப் பின்னும் அல்யோஷாவுக்கு இன்னும் அதிக வேலை இருக்கும். விடுமுறை நாட்களில் அவன் மிகவும் மகிழ்ச்சியாக இருப்பான். ஏனெனில் அப்போது எல்லோரும் அவனுக்கு அன்பளிப்பு தருவார்கள். வழக்கமாகக் கிடைக்கும் அந்த அன்பளிப்பு பெருந்தொகை ஒன்றும் கிடையாது. அறுபது கொபெக்ஸ்தான். ஆனால், அது அவனுடைய சொந்தப் பணம். அதை அவன் விருப்பப்படி செலவு செய்யலாம். தன்னுடைய கூலியின்மீது எப்பொழுதும் அவனுடைய பார்வை பட்டதே இல்லை. ஏனெனில் அந்தக் கூலியை அவனுடைய அப்பா வியாபாரியிடமிருந்து வாங்கிக்கொண்டு சென்றுவிடுவார். அவனுக்கென அவர் தருவது, அண்ணனுடைய காலணிகளை மிகச் சீக்கிரமே பழுதாக்கியதற்காகக் கடுமையான சொற்கள் மட்டுமே.

மொத்தமாக இரண்டு ரூபில்ஸ் அன்பளிப்புப் பணம் சேர்ந்த பிறகு

ஒரு சிவப்புக் கம்பளியை சமையல்காரியின் ஆலோசனைப்படி வாங்கினான். முதன்முதலில் அதை அணிந்து தன்னைப் பார்த்துக்கொண்டபோது வியப்பும் மகிழ்ச்சியும் அடைந்த அவன், சமையலறையில் அப்படியே வாயைப் பிளந்தபடி, ஆச்சரியத்தில் தொண்டை அடைக்க நின்றுவிட்டான்.

அல்யோஷா மிகக் குறைவாகவே பேசுவான். அவன் பேசினாலும் மிக அவசியமான ஒன்றைப் பற்றிய அதிவிரைவான, ரத்தினச் சுருக்கமான பேச்சாகவே அது இருக்கும். எதையாவது செய்யச் சொன்னாலோ அல்லது செய்ய முடியுமா என்று கேட்டாலோ எப்போதும் கொஞ்சமும் தயக்கமின்றி, “என்னால் செய்ய முடியும்” என்று பதில் சொல்வான். உடனடியாக அந்த வேலையில் ஈடுபட்டு அதை முடிப்பான்.

எப்படிப் பிரார்த்தனை செய்வது என்பது அல்யோஷாவுக்கு சுத்தமாகத் தெரியவில்லை. ஒருமுறை அவனுடைய அம்மா அவனுக்கு அதற்குரிய சொற்களைக் கற்றுத் தந்தாள். ஆனால் அவள் அதைச் சொல்லும்போதே அவன் மறந்துவிட்டான். ஆனாலும் காலையும் மாலையும் அவன் தினமும் பிரார்த்தனை செய்தான். தன்னுடைய கைகளால் அப்படியே இயல்பாக ஒரு சிலுவை இட்டுக்கொள்வான்.

★

அல்யோஷா, இதேபோல ஒன்றரை வருடங்கள் வாழ்ந்தான். பிறகு இரண்டாவது வருடத்தின் பிற்பகுதியில் அவன் வாழ்வில் இதுவரை நிகழ்ந்திராத அனுபவம் அவனுக்கு ஏற்பட்டது. ஒருவரிடமிருந்து மற்றொருவருக்குத் தேவைப்படும் ஒன்றுக்காக ஏற்படும் உறவுகள் மட்டுமின்றி, முற்றிலும் வேறு வகையான உறவுகளும் உலகில் இருக்கின்றன என்பதை அந்த அனுபவத்தின் வாயிலாக முதல்முறையாகக் கண்டுபிடித்து மலைத்துப்போனான். காலணிகளைத் தூய்மைப்படுத்துவது, எதையாவது வாங்கி வர கடைகளுக்கு அனுப்புவது, குதிரைகளுக்குச் சேணம் பூட்டச் செய்வது போன்ற வேலைகளை ஒருவரைச் செய்விப்பதற்காக இன்னொருவர் ஏற்படுத்திக்கொள்ளும் உறவாக அது இல்லை.

மாறாக ஒருவருடனான உறவுக்கு அவசியமே அற்ற இன்னொருவர், ஒருவருக்குப் பணிவிடை செய்யவும், அன்பாக நடந்துகொள்ளவும் விரும்புவதால் மட்டுமே உருவாகிய உறவாக அது இருந்தது. தான்

அத்தகைய ஒருவராக இருக்கிறோம் என்பதையும்கூட அல்யோஷா அப்போதுதான் கண்டுபிடித்தான். இவை அனைத்தையும் அவன் சமையல் வேலை செய்த உஸ்டிஞ்சா மூலமாகவே உணர்ந்தான்.

இளம்பெண்ணான உஸ்டிஞ்சா ஒரு அநாதை. அல்யோஷாவைப் போலவே அவளும் கடுமையான உழைப்பாளி. அவள் அல்யோஷாவுக்காக அனுதாபப்பட்டாள். தன் வாழ்நாளில் முதன்முறையாக தான் செய்யும் வேலைக்காக இல்லாமல் தானே ஒருவருக்குத் தேவைப்படுவதை அவன் உணர்ந்தான். அவனுடைய அம்மா அவனிடம் கனிவாக நடந்துகொண்ட போதோ, அவனுக்காகப் பரிதாபப்பட்டபோதோ அவன் அதைப் பெரிதாக எடுத்துக்கொள்ளவில்லை. ஏனெனில், அது மிக இயற்கையான ஒன்றாக அவனுக்குத் தெரிந்தது. அது, தானே தனக்காக அனுதாபம்கொள்வது போன்றது என நினைத்தான்.

ஆனால் தனக்கு முற்றிலும் அந்நியரான உஸ்டிஞ்சாவும் தன்மீது பரிவு காட்டுவதை மிகச் சீக்கிரமே அவன் உணர்ந்துகொண்டான். வெண்ணெய் இட்ட திணைக் கஞ்சியை ஒரு பானையில் அவள் எப்போதுமே அவனுக்காக எடுத்து வைத்திருப்பாள். அவன் சாப்பிடும்போது தன் முகவாயைத் தன் முட்டிக் கை மீது தாங்கியபடி அவன் பக்கத்தில் அமர்ந்து அவனைப் பார்த்துக்கொண்டிருப்பாள். அவன் அவளை நிமிர்ந்து பார்க்கும்போது அவள் புன்னகை புரிவாள். பதிலுக்கு இவனும் முறுவலிப்பான்.

இவை அனைத்தும் முதலில் மிகப் புதிதாகவும் மிக விசித்திரமாகவும் இருக்க, அல்யோஷா பயந்து போனான். அது தன் வேலையை, சேவையை, தொந்திரவு செய்வதாக அவன் நினைத்தாலும் மிக மகிழ்ச்சியாக இருந்தான். எப்போதாவது தலைகுனிய நேரும்போது உஸ்டிஞ்சா சீராக்கித் தந்த தன்னுடைய காற்சட்டை அவன் கண்ணில் படும். அப்போதெல்லாம் அவன் தன் தலையைக் குலுக்கியபடி புன்னகை செய்வான். அவன் வேலை செய்துகொண்டிருக்கும்போதோ, எதையாவது வாங்குவதற்கு எங்காவது அவசரமாக ஓடிக்கொண்டிருக்கும்போதோ அடிக்கடி அவனுக்கு உஸ்டிஞ்சாவின் நினைவு வரும். அவன் அன்புடன் "உஸ்டிஞ்சா!" என முணுமுணுப்பான். உஸ்டிஞ்சா தன்னால் முடிந்தவரை அவனுக்கு உதவினாள். அவனும் அவளுக்கு உதவி செய்தான்.

தன் வாழ்க்கை பற்றிய அத்தனை விஷயங்களையும் அவள் அவனிடம் கூறினாள். மிகச் சிறிய வயதிலேயே அநாதையானது, வயதான ஓர் உறவுக்காரப் பெண் ஒருத்தி அவளுக்கு அடைக்கலம் தந்தது, பிறகு வேலை செய்வதற்காக உஸ்டிஞ்சாவை அவளே இந்த நகரத்துக்கு அனுப்பியது, வியாபாரியின் மகன் அவளைத் தன் ஆசைக்கு இணங்க வைக்க முயற்சி செய்தது, அவள் அவனைச் சினந்து கண்டித்தது என எல்லாவற்றையும் சொன்னாள்.

பேசுவதென்றால் அவளுக்குக் கொள்ளை ஆசை. அவள் பேசுவதைக் கேட்பது அவனுக்கு மிகப் பிடித்திருந்தது. வீட்டு வேலைக்காக நகரத்துக்கு வந்த விவசாயக் குடும்பத்தைச் சேர்ந்த இளைஞர்கள், சமையல் பணிப்பெண்களைத் திருமணம் செய்துகொள்வது அங்கு வழக்கமாக நடக்கும் ஒன்று என்பதை மற்ற பல விஷயங்களோடு சேர்த்து அவன் கேள்விப்பட்டிருந்தான். அவனுடைய பெற்றோர் அவனுக்குச் சீக்கிரம் திருமணம் செய்துவைத்துவிடுவார்களா என்று அவள் ஒருமுறை கேட்டாள். தனக்கு அது குறித்துத் தெரியாது என்று பதிலளித்தவன், தன் கிராமத்தில் இருந்த யார்மீதும் தனக்கு விருப்பமில்லை என்றான்.

“ஏன் நீ வேறு யாரையாவது பார்த்து வைத்திருக்கிறாயா?” என்று கேட்டாள்.

“ஆமாம். அது நீதான். உனக்குச் சம்மதமா?”

“ஏய், அல்யோஷா! எவ்வளவு தந்திரமாக என்னிடம் இதைக் கேட்டுவிட்டாய்?” தன் கையில் இருந்த அகப்பையை அவன் முதுகில் விலங்கிடுவதுபோல விளையாட்டாய் வைத்தபடி கேட்டாள்.

ஈஸ்டருக்கு முன்பு அல்யோஷாவின் அப்பா தன் மகனின் கூலிப் பணத்தைப் பெறுவதற்காக மீண்டும் வந்தார். அல்யோஷா, உஸ்டிஞ்சாவைத் திருமணம் செய்யத் திட்டமிட்டிருப்பது வியாபாரியின் மனைவிக்குத் தெரிந்துவிட்டது. அவளுக்கு அதில் கொஞ்சமும் மனமகிழ்ச்சி இல்லை. “அவள் பிள்ளைத்தாய்ச்சி ஆகிவிடுவாள். அப்புறம் இங்கு எப்படி நன்றாக வேலை செய்வாள்?” என்று தன் கணவனிடம் குறைபட்டுக்கொண்டாள்.

அல்யோஷாவின் கூலித் தொகையை எண்ணிய வியாபாரி அதை அவன் அப்பாவிடம் தந்தார்.

“உங்களுக்கு முழுத் திருப்தி தரும்படி என் மகன் வேலை செய்கிறானா?” என்று கேட்ட முதியவர், “அவன் அடக்க ஒடுக்கமானவன், நீங்கள் எந்த வேலை சொன்னாலும் செய்வான் என்று சொன்னேனே” என்றார்.

“அடக்க ஒடுக்கமானவனோ இல்லையோ, அவன் முட்டாள்தனமாக ஒரு விஷயம் செய்திருக்கிறான். சமையல்காரியைத் திருமணம் செய்துகொள்ள முடிவு செய்திருக்கிறான். திருமணம் ஆனவர்களை நான் இங்கு வேலைக்கு வைத்துக்கொள்வதில்லை. அது எங்களுக்குச் சரிவராது.”

“என்ன, அந்த முட்டாள் பயல்! எப்படிப்பட்ட ஒரு முட்டாள் இவன்! இப்படி ஒரு மடத்தனமான வேலையைச் செய்ய அவனுக்கு எப்படித் தோன்றியது? ஆனால் அதைப் பற்றி நீங்கள் கவலைப்படாதீர்கள். அர்த்தமற்ற இந்த விஷயங்களை எல்லாம் நான் அவனை மறக்கச் செய்கிறேன்.”

நேராக சமையலறைக்குச் சென்றவர் அங்கிருந்த மேஜைக்கு அருகே அமர்ந்து தன்னுடைய மகனுக்காகக் காத்திருந்தார். அல்யோஷா வழக்கம்போல எதோ அவசர வேலையாக எங்கோ ஓடிக்கொண்டிருந்தான். ஆனால் சிறிது நேரத்திலேயே மூச்சிரைக்க அங்கு வந்து சேர்ந்தான்.

“நீ விவேகமுள்ளவன் என நினைத்தேன். ஆனால், நீ என்ன மடத்தனம் செய்ய நினைத்திருக்கிறாய்?” என்றபடி அவனுடைய தந்தை அவனை வரவேற்றார்.

“நான் எதுவும் செய்யவில்லை.”

“எதுவும் செய்யவில்லை என்பதற்கு என்ன அர்த்தம்? நீ திருமணம் செய்துகொள்ள முடிவுசெய்திருக்கிறாய். அதற்கான நேரம் வரும்போது நான் முடிவுசெய்யும் ஒரு பெண்ணை நானே உனக்குத் திருமணம் செய்து வைப்பேன். மது விடுதிகளில் குடித்துக் களியாட்டமிட்டு, விரும்பியவருடன் படுக்கும் வேசியை இல்லை.”

இதே ரீதியில் அவனுடைய அப்பா நிறையப் பேசினார். அமைதியாக அங்கு நின்றுகொண்டிருந்த அல்யோஷா பெருமூச்சுவிட்டான். ஒருவழியாக அவர் பேசி முடித்தபோது, அவன் அவரைப் பார்த்துப் புன்னகைத்தான்.

"ஆகவே, நான் இதை இனி மறந்துவிடுகிறேன்" என்றான்.

அங்கிருந்து வெளியேறியபடியே, "அதை உடனடியாகச் செய்" என்று சுருக்கமாகச் சொன்னார் முதியவர்.

அவர் பேசிய அனைத்தையும் சமையலறைக் கதவின் பின்புறம் இருந்தபடி உஸ்டிஞ்சா கவனித்துக்கொண்டிருந்தாள். அவர் அங்கிருந்து சென்ற பிறகு அல்யோஷா அவளிடம், "நாம் நினைத்தது நடக்காது. அப்பா பேசுவதை நீ கேட்டாயா? அவர் மிகுந்த கோபத்துடன் இருக்கிறார். நம் திருமணத்தை நடக்க விடமாட்டார்" என்றான்.

கறைபடாது ஆடைகளைப் பாதுகாக்கும் மேலுடையுடன் இருந்த உஸ்டிஞ்சா சத்தமில்லாமல் அழுதாள். அல்யோஷா தன் நாக்கை உச்சுக் கொட்டினான். "அவருடைய பேச்சுக்கு நான் எப்படி கீழ்ப்படியாமல் இருக்கமுடியும்? இங்கே பார். நாம் இவை அனைத்தையும் மறந்துவிடவேண்டும்."

மாலை நேரத்தில் கடையின் கதவுகளை அடைப்பதற்காக அவனை அழைத்த வியாபாரியின் மனைவி, "நீ திருமணம் செய்துகொள்வது போன்ற அபத்தங்களை எல்லாம் உன் அப்பாவின் சொல்லுக்குக் கட்டுப்பட்டு மறந்துவிட்டாயா?" என்று கேட்டாள்.

"ஆமாம். நிச்சயமாக. நான் அதை மறந்துவிட்டேன்" என்று வேகமாக பதில் சொல்லி வழக்கப்படி புன்னகைத்த அல்யோஷா, பிறகு உடனே அழத் தொடங்கினான்.

★

அதற்குப் பிறகு அல்யோஷா, உஸ்டிஞ்சாவிடம் திருமணப் பேச்சை எப்போதுமே எடுக்கவில்லை. முன்போலவே அவன் வாழ்க்கை தொடர்ந்தது.

உண்ணாவிரதக் காலத்தின்போது ஒருநாள் காலை, கூரையின்மீது இருந்த பனியை அகற்றுவதற்காக குமாஸ்தா அல்யோஷாவைக் கூப்பிட்டு அனுப்பினார். கைகளையும் முழங்கால்களையும் தரைமீது ஊன்றிக் கூரைமீது ஏறியவன், அங்கிருந்த பனியை மண்வெட்டி கொண்டு சுத்தமாக அகற்றினான். நீர்க் கால்வாய்க்கு அருகே உறைந்துபோயிருந்த பனியை உடைக்கத் தொடங்கியபோது அவனுடைய பாதங்கள் சறுக்கவும், மண்வெட்டியுடன்

தலைகுப்புறக் கீழே விழுந்தான். விழுந்தவன் பனியின்மீது விழாமல் துரதிர்ஷ்டவசமாக இரும்புக் கம்பித் தடுப்புடன் இருந்த நுழைவாயில் ஒன்றின்மீது விழுந்தான். உஸ்டிஞ்சா அவனை நோக்கி ஓடினாள். வியாபாரியின் மகள் அவளைப் பின்தொடர்ந்து சென்றாள்.

"அல்யோஷா, அதிக அடிபட்டுவிட்டதா?"

"ஆமாம். ஆனால் அது பரவாயில்லை... பரவாயில்லை."

அவன் எழுந்துகொள்ள விரும்பினான். ஆனால் அவனால் எழ முடியவில்லை. புன்னகை பூக்கமட்டுமே முடிந்தது. யாரோ வந்து தோட்டக்காரருக்குச் சொந்தமான விடுதிக்கு அவனைத் தூக்கிக்கொண்டு சென்றார்கள். மருத்துவமனையில் இருந்து வந்த ஒரு பணியாளர் அவனைப் பரிசோதித்து அவனுக்கு எங்கு அடிபட்டிருக்கிறது என்று கேட்டார்.

அல்யோஷா, "எல்லா இடத்திலும் அடிபட்டிருக்கிறது. ஆனால் அதொன்றும் பரவாயில்லை... பரவாயில்லை. எஜமானன்தான் சிறிது கோபப்படுவார். அப்பாவிற்குத் தகவல் சொல்லவேண்டும்," என்றான்.

அல்யோஷா இரண்டு மூன்று நாட்கள் படுத்த படுக்கையாக இருந்தான். பிறகு மூன்றாவது நாள் அவர்கள் ஒரு பாதிரியைக் கூப்பிட்டார்கள்.

"நீ செத்துவிடமாட்டாய் தானே?"என்று கேட்டாள் உஸ்டிஞ்சா.

"நாம் காலத்துக்கும் உயிர்வாழ்ந்து கொண்டிருக்கப்போவதில்லை. இது எப்படியும் நிகழவேண்டிய ஒன்றுதான்" என்று வழக்கப்படி வேகமாக பதில் கூறினான்.

"இனிய உஸ்டிஞ்சா! நன்றி. என்மீது பரிவு காட்டியதற்கு நன்றி. நாம் திருமணம் செய்துகொள்ள அவர்கள் அனுமதிக்காததும் நன்மைக்கே. ஏனெனில் அதனால் எதுவும் நடந்திருக்கப்போவதில்லை. இப்போது எல்லாம் சரியாக இருக்கிறது" என்றான்.

பாதிரியாருடன் சேர்ந்து அவனும் பிரார்த்தனை செய்தான். ஆனால் அந்தப் பிரார்த்தனை அவனுடைய கைகளாலும் மனதாலும் மட்டுமே செய்யப்பட்டது. தான் இங்கு நன்மை செய்தால், கட்டளைகளுக்கு அடிபணிந்தால், யார் மனதையும்

புண்படுத்தாது இருந்தால், பிறகு அங்கு தனக்கு எல்லாம் நல்லதாக நடக்கும் என்று தன் மனதுக்குள் நினைத்தான்.

அவன் அதிகம் பேசவில்லை. குடிப்பதற்கு ஏதாவது தருமாறு கேட்டவன், எதோ யோசனையுடன் புன்னகைத்தான். பிறகு எதற்கோ வியப்படைந்ததுபோலத் தோன்றிய அவன், தன் உடலை நீட்டி இறந்துபோனான்.

இலெவ் நிக்கோலயேவிச் இடால்ஸ்டாய் (1828–1910).

இலியோ இடால்ஸ்டாய் எனப் பரவலாக அழைக்கப்படும் ரஷ்ய எழுத்தாளரான இவர், மிகச் சிறந்த நூலாசிரியர்களில் ஒருவராக மதிக்கப்படுகிறார். 'வார் அண்ட் பீஸ்', 'அன்னா கரீனினா', 'ரிசரக்ஷன்', ஆகிய தீவிரத் தாக்கத்தை ஏற்படுத்திய நாவல்களையும், 'டெத் ஆஃப் இவான் இலியிச்', 'ஹட்ஜி மியூரட்' ஆகிய குறுநாவல்களையும் எழுதியுள்ளார். ஆட்டோ பயோக்ரஃபி வகையிலான 'சைல்ட்ஹூட், பாய்ஹூட் அண்ட் யூத்', அத்துடன் 'ஏ கண்ஃபெஷன்', 'த கிங்டம் ஆஃப் காட் இஸ் வித்தின் யூ' ஆகிய அபுனைவு நூல்களையும் இயற்றியுள்ளார்.

மன்னிப்பு கேட்பவன்

மிலன் குந்தெரா

சூரியன் மேகக் கூட்டத்திலிருந்து எட்டிப் பார்த்துக்கொண்டிருந்த ஜூன் மாதம் காலை வேளையொன்றில் பாரீசு நகர வீதியில் ஆலன் நடந்து சென்றுகொண்டிருந்தான். அங்கு அவன் கண்ணில்பட்ட அத்தனை இளம் பெண்களுமே குட்டையான டி ஷர்ட்டும், தொப்புள் தெரிய தாராளமாக இறக்கிக் கட்டப்பட்ட பேண்ட் பெல்ட்டுமாக இருந்தனர். இது அவனைக் கவர்ந்திழுத்தது என்பதைவிடத் தொந்திரவு செய்தது. காம உணர்வைத் தூண்டும் ஆற்றல், பெண்களின் தொடை, பிட்டம், மார்பு ஆகிய இடங்களில் இருந்து அவர்களுடைய உடலின் நட்ட நடுவே இருந்த சிறிய வட்ட வடிவத் துளைக்கு இடம் பெயர்ந்துவிட்டதுதான் அவனைத் தொந்தரவுக்குள்ளாக்கியது.

இது அவனை ஆழமாகச் சிந்திக்கத் தூண்டியது. பெண்களின் கைவசமுள்ள காம உணர்வைத் தூண்டும் ஆற்றலின் மையமாகத் தொடைகளே விளங்கின என்று ஒரு ஆணோ அல்லது வரலாற்றின் குறிப்பிட்ட காலகட்டத்தில் வாழ்ந்த மக்களோ நினைத்திருந்தால், அவ்விதமாகத் தூண்டப்பட்ட தனித் தன்மையுடைய அந்தப்

பாலுணர்வு எழுச்சியை நாம் எப்படி விளக்கவோ வரையறுக்கவோ முடியும்? காமத்தை அடையும் நீண்ட வசீகரமான சாலையை உருவகப்படுத்தும் காட்சிப் படிமங்கள் நீளமான தொடைகளே (அதனால்தான் தொடைகள் நீளமாக இருப்பது அவசியம்) என்று இதற்கான விடையை அவன் மெருகேற்றினான். கலவியின் இடையில் தோன்றுவதற்குச் சிறிதும் வாய்ப்பற்ற காதல் உணர்வை உருவாக்கும் மந்திர சக்தியைக்கூட நீளமான தொடைகளுடைய பெண்கள் வரமாகப் பெற்றுள்ளனர் என்று ஆலன் தனக்குள் சொல்லிக்கொண்டான்.

பெண்களின் வசமுள்ள காம உணர்வைத் தூண்டும் ஆற்றலின் மையமாகப் பிட்டமே விளங்கியது என்று ஒரு ஆணோ, வரலாற்றின் குறிப்பிட்ட காலகட்டத்தில் வாழ்ந்த மக்களோ நினைத்திருந்தால் அவ்விதமாகத் தூண்டப்பட்ட தனித் தன்மையுடைய அந்தப் பாலுணர்வு எழுச்சியை நாம் எப்படி விளக்கவோ வரையறுக்கவோ முடியும்? மிருகத்தன்மை, இன்ப உணர்ச்சி, இலக்கை அடைவதற்கான குறுக்கு வழி, இரட்டையாக இருப்பதாலேயே மிகவும் ஆர்வமூட்டுவதாகத் தோன்றும் இலக்கு என்று இதற்கான விடையை அவன் மேன்மைப்படுத்தினான்.

பெண்களின் வசமுள்ள காம உணர்வைத் தூண்டும் ஆற்றலின் மையமாக மார்புகளே இருந்தன என்று ஒரு ஆணோ, வரலாற்றின் குறிப்பிட்ட காலகட்டத்தில் வாழ்ந்த மக்களோ நினைத்திருந்தால் அவ்விதமாகத் தூண்டப்பட்ட தனித் தன்மையுடைய அந்தப் பாலுணர்வு எழுச்சியை நாம் எப்படி விளக்கவோ வரையறுக்கவோ முடியும்? பெண்களின் திருப்தி, கன்னி மாதாவிடம் பாலருந்தும் ஏசு, உன்னதமான குறிக்கோளான பெண்பாலின் முன் மண்டியிட்டு அமர்ந்திருக்கும் ஆண்பால் என்று இதற்கான விடையை அவன் மேம்படுத்தினான்.

ஆனால் உடலின் நடுப்பகுதியில் உள்ள தொப்புளே காம உணர்வைத் தூண்டும் ஆற்றலின் மையப் புள்ளி என்று ஒரு ஆணோ, வரலாற்றின் குறிப்பிட்ட காலகட்டத்தில் வாழ்ந்த மக்களோ நினைத்தால் அவ்விதமாகத் தூண்டப்படுகிற பாலுணர்வு எழுச்சியை எவ்வாறு வரையறுக்க முடியும்?

ஆகவே தொப்புளைப் பற்றியே நினைத்துக்கொண்டு, மீண்டும் மீண்டும் அதையே நினைப்பது குறித்த எந்தக் கவலையுமின்றி ஆலன்

அந்த வீதிகளில் மெல்ல நடந்து சென்றான். சொல்லப்போனால் அவ்வாறு செய்வது தனக்குப் பிடித்திருப்பதை உணர்ந்தான். ஏனெனில் அவனுக்குள் இருந்த ஓர் ஆழமான நினைவை அவன் கண்ட தொப்புள் காட்சி கிளறியது. அவனுக்கும் அவனுடைய தாய்க்கும் இடையே எதிர்பாராமல் நிகழ்ந்த இறுதிச் சந்திப்பின் நினைவுகளை அது கிளறியது.

அவனுக்கு அப்போது பத்து வயது. அவனும் அவனுடைய அப்பாவும் தோட்டமும் நீச்சல் குளமும் கொண்ட ஒரு வாடகை மாளிகையில் தங்களுடைய விடுமுறையைக் கழித்துக்கொண்டிருந்தனர். ஏழு வருடங்களுக்குப் பிறகு முதன்முறையாக அவள் அவர்களைச் சந்திக்க வந்திருந்தாள். தன் முன்னாள் கணவரான அவன் தந்தையுடன் அவள் அந்த மாளிகைக்குள் சென்றாள். பிறகு அவர்கள் இருவரும், அதன் கதவை அடைத்துக்கொண்டனர். மாளிகையைச் சுற்றிலும் இருந்த பல மைல் தூரம் அதனால் மூச்சுத் திணறும் சூழல் ஏற்பட்டது. அவள் அங்கிருந்த இரண்டு மணிநேரமும் ஆலன் நீச்சல் குளத்தினுள் தன் நேரத்தைக் கழிக்க முயற்சித்துக்கொண்டிருந்தான்.

அவள் கையசைத்து விடைபெற்றபோது அவன் நீச்சல் குளத்தில் இருந்து மேலே வந்தான். அங்கு அவள் தனியே இருந்தாள். அவர்கள் இருவரும் என்ன பேசியிருப்பார்கள் என்று அவனுக்குத் தெரியவில்லை. அவள் தோட்டத்திலிருந்த நாற்காலி ஒன்றில் அமர்ந்திருந்ததும் ஈரமான நீச்சல் உடையுடன் தான் அவள் முன் நின்றதும் மட்டுமே அவனுக்கு நினைவிருந்தது. தாங்கள் இருவரும் பேசிக்கொண்டது எதுவும் அவனுக்கு நினைவில்லாமல் போனாலும், தன் மகனின் தொப்புளை நாற்காலியில் அமர்ந்தவாறே அவள் தீவிரமாகப் பார்த்த அந்தத் தருணம் கூர்மையாக அவன் மனதில் பதிந்திருந்தது. தன் வயிற்றின்மீது பதிந்த அவளுடைய வெறித்த பார்வையை இப்போதும் அவனால் உணரமுடிந்தது. அது அவனால் புரிந்துகொள்ளமுடியாத ஒரு பார்வையாக இருந்தது. இரக்கமும் இகழ்ச்சியும் இணைந்த விளக்கமுடியாத கலவையாக அது இருந்தது. சிறிய புன்னகையின் வடிவத்தில் அவளுடைய இதழ்கள் இப்போது லேசாக விரிந்தன. அந்தப் புன்னகையும்கூட இரக்கமும் இகழ்ச்சியும் சேர்த்த கலவையாகவே இருந்தது. பிறகு நாற்காலியில் அமர்ந்தவாறே அவனை நோக்கிச் சாய்ந்தவள், தன்னுடைய சுட்டுவிரலால் அவனுடைய தொப்புளைத்

தொட்டாள். அடுத்த நொடியே எழுந்து அவனை முத்தமிட்டாள். (அவள் அவனை உண்மையிலேயே முத்தமிட்டாளா? அவனுக்கு உறுதியாகத் தெரியவில்லை) பிறகு அங்கிருந்து போய்விட்டாள். அதன் பிறகு அவன் அவளைச் சந்திக்கவே இல்லை.

ஒரு பெண் தன் காரிலிருந்து இறங்குகிறாள்.

ஒரு சிறிய கார் ஆற்றின் அருகே இருந்த சாலையில் நகர்கிறது. சில வீடுகள் அரிதாகக் காணப்பட்ட, பாதசாரிகள் தென்படாத, புறநகரின் எல்லைக்கும் திறந்தவெளிக்கும் இடைப்பட்ட அந்தக் கவர்ச்சியற்ற நிலப்பரப்பை, சில்லென்ற காலை நேரக் காற்று கவனிப்பாரற்ற ஓர் இடமாக மேலும் மாற்றியது. சாலையோரத்தில் நின்ற காரிலிருந்து ஓர் அழகிய இளம் பெண் ஒருத்தி இறங்கினாள். அவள் காரின் கதவை மிக அலட்சியமாக மூடினாளே தவிர பூட்டவில்லை. இது விசித்திரமாக இருந்தது. திருடர்கள் நிறைந்த காலகட்டத்தில் இத்தகைய அலட்சியத்திற்கு வாய்ப்பேயில்லை எனும்போது இதற்கு என்ன அர்த்தம்? இந்தப் பெண் அவ்வளவு கவனக்குறைவுடன் இருக்கிறாளா?

இல்லை. அவள் கவனக்குறைவாக இருப்பதாகத் தோன்றவில்லை. அதற்கு நேர்மாறாக அவளுடைய முகத்தில் திடமான உறுதிதான் தெரிந்தது. தனக்கு என்ன தேவை என்று அவளுக்குத் தெரிந்திருந்தது. இந்தப் பெண் உறுதியின் உருவம். சாலையில் நூறு அடிகள் நடந்தவள் ஆற்றின் குறுக்கே கட்டப்பட்டிருந்த உயரமான பாலத்தை நோக்கிச் சென்றாள். அது வண்டிகள் செல்லத் தடைசெய்யப்பட்டிருந்த குறுகிய பாலம். அதன்மீது ஏறித் தொலைவில் தெரிந்த அதன் கரையை நோக்கிச் சென்றவள், தன்னைச் சுற்றிலும் மறுபடி மறுபடி திரும்பிப் பார்த்தாள். அந்தப் பார்வை அவளுக்காக யாராவது காத்திருக்கிறார்களா என்று பார்ப்பதுபோல் இல்லாமல் யாரும் அவளுக்காகக் காத்திருக்கவில்லை என்பதை அவள் உறுதிசெய்துகொள்வது போலிருந்தது. பாலத்தின் நடுவே அவள் இப்போது நின்றாள். முதலில் பார்ப்பதற்கு அவள் தயங்குவதுபோல் தோன்றும். ஆனால் அது தயக்கமோ மனஉறுதியில் ஏற்பட்ட திடீர் சோர்வோ இல்லை. அதற்கு நேர்மாறாகத் தன்னுடைய கவனத்தை ஒருமுகப்படுத்த, கூர்மைப்படுத்துவதற்காகச் செய்யப்பட்ட ஓர் இடைநிறுத்தம். அது தன்னுடைய மன உறுதியை இன்னும் இரும்பாக்குவதற்காகச்

செய்யப்பட்டது. அவளுடைய மன உறுதியா? துல்லியமாகச் சொல்லவேண்டும் என்றால் அவளுடைய வெறுப்பு. ஆம். தயக்கம்போலத் தோற்றமளித்த அந்த இடைநிறுத்தம் உண்மையில் அவளுடைய வெறுப்பு அவளோடு துணை நிற்பதற்கான, ஆதரிப்பதற்கான, ஒரு நிமிடம்கூட அவளைவிட்டு விலகிச் செல்லாமல் இருப்பதற்கான முறையீடு.

அவள் தன்னுடைய ஒரு காலை உலோகக் கம்பித் தடுப்பிற்கு மேல் தூக்கி அங்கிருந்த வெற்றிடத்தில் குதித்தாள். தண்ணீரின் திண்மையான மேற்பரப்பின்மீது அதிவேகமாக மோதிய அவளுடைய உடல் அதன் குளிர்ச்சியால் சிறிது நேரம் செயலிழந்து போயிற்று. ஆனால், அவள் நீச்சலில் தேர்ந்தவள் என்பதால் அவளுடைய ஒட்டுமொத்த அனிச்சை எதிர்வினைகளும் கிளர்ந்து அணிவகுத்து, இறப்பதற்கான அவளுடைய விருப்பத்துக்கு எதிராகச் செயல்பட, அடுத்த சில நொடிகளிலேயே அவளுடைய தலை நீரிலிருந்து உயர்ந்தது. பிறகு அவள் தன் தலையை மறுபடி நீருக்குள் அதிவேகமாக அழுத்தி, சுவாசத்தைத் தடை செய்வதற்காக வலுக்கட்டாயமாக நீரை உள்ளிழுத்தாள். தொலை தூரமிருந்த ஆற்றின் கரையிலிருந்து திடீரென ஒரு கூச்சல் கேட்டது. யாரோ அவளைப் பார்த்துவிட்டிருக்கவேண்டும். மரணம் என்பது எளிதானது அல்ல என்று அவளுக்குப் புரிந்தது. தன்னுடைய மிகப் பெரிய எதிரி, நல்ல நீச்சல் பயிற்சி பெற்றவள் என்பதால் தனக்கு இயல்பாகவே இருக்கக்கூடிய துடிப்பான எதிர்வினை அல்ல என்பதையும், தனக்கு முன்பின் தெரியாத யாரோதான் என்பதையும் அவள் புரிந்துகொண்டாள். அவள் போராடவேண்டும். தன்னுடைய மரணத்தைக் காப்பாற்றிக் கொள்வதற்குப் போராடவேண்டும்.

அவள் கொலை செய்கிறாள்

கூச்சல் வந்த திசையைப் பார்க்கிறாள். யாரோ ஆற்றுக்குள் குதித்துவிட்டார்கள். யாருடைய வேகம் அதிகமாக இருக்கும்? நீரின் அடியாழம் செல்லும் முடிவுடன் தண்ணீரை அருந்தியபடி மூழ்கிக்கொண்டிருக்கும் தனக்கா அல்லது இப்போது குதித்த அந்த நபருக்கா என்று யோசித்தாள். நுரையீரலில் தண்ணீர் சேர்ந்து அவள் பாதி மூழ்கிக்கொண்டிருக்கையில் அவளுடைய நுரையீரல் பலவீனம் அடைந்து அவளுடைய ரட்சகருக்கு அவள் எளிதான இரையாகிவிடமாட்டாளா? அவன் அவளைக் கரையை நோக்கி

இழுத்துச் சென்று, தரையின்மீது கிடத்தி, நுரையீரலில் இருந்த தண்ணீரை வாய்மீது வாய் வைத்து உறிஞ்சி வெளியேற்றுவான். மீட்புப் படையையும், காவல்துறையையும் அழைப்பான். அவள் காப்பாற்றப்பட்டு காலத்துக்கும் கேலிக்கு ஆளாவாள்.

"வேண்டாம்! வேண்டாம்!" என்று அந்த ஆள் கூச்சலிட்டான். எல்லாமே மாறிவிட்டது. தண்ணீரில் மூழ்குவதற்குப் பதிலாக அவள் தன்னுடைய தலையை உயர்த்தி, தன்னுடைய பலத்தைச் சேகரித்துக்கொள்ள ஆழமாக மூச்சுவிட்டாள். அவன் அதற்குள் அவள் எதிரே வந்துவிட்டான். தன்னுடைய புகைப்படம் செய்தித்தாள்களில் வந்தாலே புகழடைந்துவிடுவோம் என்று நம்பக்கூடிய ஒரு பதின்வயது இளைஞன் அவன். "வேண்டாம்! வேண்டாம்!" என்று மறுபடி மறுபடி அவன் அதையே சொல்லிக்கொண்டிருந்தான். தன்முன்னே நீண்ட அவனுடைய கைகளில் இருந்து விடுவித்துக்கொள்வதற்குப் பதில் அவள் அதனை இறுக்கமாகப் பிடித்துக்கொண்டாள். அவனுடைய கையைப் பற்றியதில் ஆற்றின் ஆழத்துக்கு இப்போது அவனும் இழுக்கப்பட்டான். இப்போது அவன் மீண்டும் “வேண்டாம்” என்றான். அவனுக்குத் தெரிந்த ஒரே சொல் அது மட்டும்தான் போலிருந்தது.

ஆனால், அவன் வாயிலிருந்து அதற்கு மேல் அந்த வார்த்தை வரவில்லை. அவள் அவன் கைகளைப் பிடித்துக்கொண்டு அவனை ஆற்றின் கீழ்ப் பகுதிக்கு இழுத்தாள். பிறகு அவனுடைய தலையைத் தண்ணீருக்குள்ளே கிடக்கும்படி தன்னுடலின் மொத்த பாரத்தையும் அவன் முதுகின்மீது வைத்து அழுத்தினாள். ஏற்கனவே நிறைய நீரைக் குடித்துவிட்டிருந்தவன் அவளை எதிர்த்துப் போராடினான். அவளைக் கீழே தள்ள முயற்சித்தான். ஆனால் அவள் அவனுடைய உடலின்மீது அழுத்தமாகப் படுத்துக் கிடந்தாள். மூச்சுவிடுவதற்காகத் தன் தலையை நீரின் மேற்பரப்புக்கு அவனால் உயர்த்தமுடியவில்லை. வெகுவாக நீண்ட சில நொடிகளுக்குப் பிறகு அவனுடைய அசைவு நின்றுபோனது. அவள் அவனை அதே நிலையில் சில நொடிகள் கிடக்கவிட்டாள். களைப்புடனும் உடல் நடுக்கத்துடனும் அவள் அவன்மீது படுத்துக் கிடந்தது போலிருந்தது. தன்னுடைய உடலுக்குக் கீழே கிடந்த அந்த ஆணால் இதற்குப் பிறகு நகரமுடியாது என்று உறுதி செய்துகொண்டாள். பிறகு அவன் உடலை அப்படியே விட்டுவிட்டு

இப்போது நிகழ்ந்த சம்பவத்தின் நிழலைக்கூடத் தன் மனதுள் அண்டவிட விரும்பாததுபோல, முன்பு எந்த இடத்திலிருந்து ஆற்றுக்குள் குதித்தாளோ அதே இடத்தை நோக்கி மறுபடி சென்றாள்.

ஆனால் என்ன நடக்கிறது? தன் உறுதியான முடிவை அவள் மறந்துவிட்டாளா? அவளுடைய மரணத்தை அவளிடமிருந்து திருட முயற்சி செய்த அந்த நபர் இப்போது உயிருடன் இல்லை எனும்போது, அவள் ஏன் தண்ணீருக்குள் மூழ்கவில்லை? அவனுடைய பிடிக்குள் இருந்து விடுவிக்கப்பட்டு இப்போது சுதந்திரமாக இருக்கும் அவள் இனி இறப்பை நாடப்போவதில்லையா என்ன?

எதிர்பாராதவிதமாகக் காப்பாற்றப்பட்டதால் ஏற்பட்ட அதிர்ச்சி அவளுடைய மனஉறுதியை உடைத்துவிட்டது. தன்னுடைய மொத்த ஆற்றலையும் தன் இறப்பின்மீது குவிக்கும் வலுவை அவள் இப்போது இழந்துவிட்டிருந்தாள். உறுதியும் வலிமையும் தன் உடலில் இருந்து திடீரென உரித்து எடுக்கப்பட்டதுபோல் அவள் நடுங்கினாள். காரை அநாதரவாக விட்டுவிட்டு, வந்த இடத்தை நோக்கி இயந்திரகதியில் நீந்தத் தொடங்கினாள்.

வீட்டுக்குத் திரும்புகிறாள்.

சிறிது சிறிதாக நீரின் ஆழம் குறைவதை உணர்ந்தாள். ஆற்றின் கரை மீது தன் பாதங்களைப் பதித்தாள். கரையில் விட்டுச் சென்றிருந்த தன் காலணிகளைத் தேடுவதற்கு அவளுக்கு பலமில்லாததால் ஆற்றின் மறுகரையை நோக்கிச் செல்லும் சாலையில் வெறுங் காலில் நடந்தாள்.

இப்போது அவள் மறுபடி கண்டடைந்த உலகம் இணக்கமற்ற தோற்றத்துடன் அவளை வரவேற்கிறது. திடீரென அவளைப் பதற்றம் ஆட்கொண்டது. அவளிடம் காரின் சாவி இல்லை. அது எங்கே போனது? அவள் அணிந்திருந்த ஸ்கர்ட்டில் பாக்கெட் இல்லை.

மரணத்தை நோக்கிச் செல்லும்போது வழியில் எதையாவது கீழே போட்டுவிடுகிறோமா என்பதைப் பற்றி நாம் கவலைப்படுவதில்லை. அவள் காரைவிட்டு இறங்கிச் சென்றபோது எதிர்காலம் என்ற ஒன்றே அவள் எதிரே இல்லை. மறைப்பதற்கு எதுவும் இல்லை.

ஆனால் இப்போதோ அவள் அனைத்தையும் மறைத்தாகவேண்டும். எந்தவிதமான தடயமும் இருக்கக்கூடாது. அவளுடைய பதற்றம் மென்மேலும் அதிகரித்தது. சாவி எங்கே? எப்படி வீட்டுக்குத் திரும்பிச் செல்வது? காரை அடைந்து அதன் கதவை இழுத்துப் பார்த்தபோது அது உடனே திறந்துகொண்டதில் அவள் திகைப்படைந்தாள். அநாதரவாக அவள் விட்டுச் சென்ற சாவி டேஷ்போர்டிலேயே அவளுக்காகக் காத்திருந்தது. காரில் ஏறி அமர்ந்தவள், காலணி அணியாத தன் வெற்றுப் பாதங்களை பெடல்களின் மீது வைக்கிறாள். அவளுடைய உடல் இன்னும் நடுங்கிக்கொண்டிருக்கிறது. இப்போது அது குளிரின் காரணமாகவும் நடுங்குகிறது. முழுதாக நனைந்துவிட்டிருந்த அவளுடைய சட்டையில் இருந்தும் ஸ்கர்ட்டில் இருந்தும் அழுக்கான ஆற்றுத் தண்ணீர் வழிந்துகொண்டிருக்க அவள் காரை ஓட்டத் தொடங்கினாள்.

அவள்மீது வாழ்வை வற்புறுத்திச் சுமத்த முயற்சித்தவன் நீரில் மூழ்கி இறந்துபோனான். ஆனால் அவள் கொல்ல முயற்சித்த அவளுடைய வயிற்றில் இருந்த உயிர் இன்னும் பிழைத்திருக்கிறது. தற்கொலை எண்ணம் முடிவுக்கு வந்துவிட்டது. இனி அதைத் திரும்பச் செய்யவே கூடாது. அந்த இளைஞன் இறந்துவிட்டான். கரு உயிருடன் இருக்கிறது. இப்போது அவள் செய்யக்கூடியதெல்லாம் நடந்ததை மற்றவர்கள் யாரும் கண்டுபிடிக்க முடியாதபடி காப்பதுதான். அவள் நடுங்கிக்கொண்டிருக்கிறாள். அவளுடைய மன உறுதி மீண்டும் தோன்றுகிறது. தனக்கு உடனடியாக நடக்கப்போகிற விஷயங்களைத் தவிர வேறு எதையும் அவள் இப்போது யோசிக்கவில்லை. மற்றவர்கள் கண்ணில்படாமல் காரிலிருந்து எப்படி வெளியேறுவது? நீர் சொட்டிக்கொண்டிருக்கும் தன் உடைகளுடன் குடியிருப்பினுடைய காவலாளியின் பார்வையில் படாமல் அவருடைய ஜன்னலை எப்படிக் கடப்பது?

ஆலனுடைய தோளில்மீது பலமான ஒரு அடி விழுந்தது. “முட்டாள்! கவனமாகப் பார்த்து நட” என்ற குரல் கேட்டது. அவன் திரும்பிப் பார்த்தபோது ஒரு பெண் உத்வேகத்துடன் நடந்து சென்றுகொண்டிருப்பதைப் பார்த்தான். "மன்னியுங்கள்!" என்று (தன் பலவீனமான குரலில்) அவன் அவள் முதுகுக்குப் பின் கூச்சலிட்டான். அவனைத் திரும்பிப் பாராமல் "ஆஸ்ஹோல்" என்று (தன்னுடைய கனத்த குரலில்) அவள் பதில் கூறினாள்.

மன்னிப்பு கேட்பவர்கள்

இரு நாட்களுக்குப் பிறகு தன்னுடைய ஸ்டூடியோவில் தனியாக இருந்த ஆலன் தன் தோளில் அந்த வலி இன்னும் அப்படியே இருப்பதை உணர்ந்தான். சாலையில் தன்மீது இடித்த அந்தப் பெண் வேண்டுமென்றே அதைச் செய்திருக்கவேண்டும் என்று முடிவு செய்தான். அவளுடைய கடுமையான உரத்த குரலை அவனால் மறக்கமுடியவில்லை. அதைத் தொடர்ந்து பணிவான குரலில் தான் அவளிடம் மன்னிப்பு கேட்டதும் பதிலுக்கு அவள், "ஆஸ்ஹோல்" என்றதும் அவனுடைய காதுகளில் இப்போதும் ஒலித்தது. மீண்டும் ஒருமுறை காரணமேயின்றி அவன் மன்னிப்பு கேட்டிருக்கிறான். மன்னிப்பைப் பிச்சை கேட்கும் இந்த முட்டாள்தனம் எப்போதும் ஏன் தன்னிச்சையாக நிகழ்கிறது? இந்த நினைவுகள் அவனைவிட்டு அகலவே இல்லை. யாரிடமாவது பேச வேண்டும் போலிருந்தது. அவன் தன்னுடைய பெண் தோழி மேடலீனை அழைத்தான். அவள் பாரிசில் இல்லை. அவளுடைய அலைபேசி அணைத்து வைக்கப்பட்டிருந்தது. ஆகவே அவன் சார்லியின் எண்ணை அழுத்தினான். தன் நண்பனுடைய குரல் கேட்ட அடுத்த நொடி ஆலன் மன்னிப்பு கேட்டான்.

"கோபப்படாதே! நான் இப்போது ஒரு மோசமான மனநிலையில் இருக்கிறேன். உன்னிடம் பேசவேண்டும்" என்றான்.

" அடடா! இது அருமையான தருணம். நானும் மிக மோசமான ஒரு மனநிலையில்தான் இருக்கிறேன். சரி. நீ எங்கே இருக்கிறாய்?" என்று கேட்டான்.

"நான் என்மீதே கோபத்துடன் இருக்கிறேன். குற்ற உணர்ச்சி அடையக்கூடிய ஒவ்வொரு வாய்ப்பையும் என்னால் எப்படித் தேடிக் கண்டடைய முடிகிறது?"

"அது அவ்வளவு கவலைப்பட வேண்டிய விஷயமொன்றும் இல்லை" என்றான் நண்பன்.

"குற்ற உணர்ச்சி ஏற்படுகிறதோ இல்லையோ, விஷயம் இதுதான். வாழ்க்கை என்பது ஒவ்வொருவரும் அடுத்தவருடன் போராடுவதே. இது அனைவருக்கும் தெரிந்த உண்மை. ஆனால் ஏறத்தாழ நாகரிகம் அடைந்துவிட்ட ஒரு சமூகத்தில் இந்தப் போராட்டம் எவ்விதம் நடக்கிறது? தம் கண்ணில் படுகின்ற நபர்களையெல்லாம் மக்களால்

தாக்கமுடியாது. அதற்குப் பதிலாக ஒவ்வொருவரும் செயல்திறன் குறித்த அவமதிப்பை அடுத்தவர்மீது சுமத்த முயற்சிக்கின்றனர். அடுத்தவரைக் குற்றவுணர்ச்சி கொள்ளச் செய்யக்கூடிய மனிதன் வெற்றி பெறுகிறான். குற்றத்துக்காக மன்னிப்பு கேட்கிறவன் தோற்கிறான். ஏதோ சிந்தனையில் லயித்தபடி நீ சாலையில் நடந்துபோய்க்கொண்டிருக்கிறாய். இந்த உலகத்தில் தான் ஒருத்திமட்டுமே இருப்பதுபோன்ற எண்ணத்தில் இடம்வலம் பார்க்காமல் உனக்கு நேரெதிரே ஒரு பெண் வருகிறாள். நீங்கள் ஒருவர்மீது ஒருவர் மோதிக்கொள்கிறீர்கள். இப்போது யார் மற்றவரைப் பார்த்துக் கூச்சலிடப்போகிறீர்கள், யார் மன்னிப்பு கேட்கப்போகிறீர்கள் என்பதுதான் உண்மையின் தருணம். இது ஒரு சிறப்பான முக்கியத்துவம் வாய்ந்த சூழல். உண்மையில் நீங்கள் இருவருமே அடுத்தவரை இடித்தவர்கள் என்பதோடு அடுத்தவரால் இடிபட்டவர்களும்தான். ஆனாலும் சிலர் எப்போதுமே, உடனடியாக, தன்னிச்சையாகத் தங்களையே இடித்தவர்களாகக் கருதிக்கொள்கிறார்கள். ஆகவே தவறு செய்துவிடுகிறார்கள். மற்றவர்கள் எப்போதுமே, உடனடியாக, தன்னிச்சையாக, இடிபட்டவர்களாகத் தங்களைக் கருதிக்கொள்கிறார்கள். ஆகவே, அவர்களின் பக்கம் நியாயம் இருக்கிறது. உடனே வேகமாக அடுத்தவர்மீது குற்றம் சுமத்தி அவர்களைத் தண்டிக்கிறார்கள். இந்தச் சூழ்நிலையில் நீ மன்னிப்பு கேட்பாயா அல்லது குற்றம் சுமத்துவாயா?"

"நான் நிச்சயமாக மன்னிப்பு கேட்பேன்"

"பாவப்பட்ட என் நண்பா! ஆக, நீயும் மன்னிப்பு கேட்பவர்களின் வரிசையில் வருகிறாய். நீ அந்த இன்னொரு நபரின் கோபத்தை உன்னுடைய மன்னிப்பின் மூலமாக நீ தணிக்கிறாய்"

"சர்வ நிச்சயமாக"

"நீ செய்வது தவறு. மன்னிப்பு கேட்கிறவன் தன் குற்ற உணர்வைத் தானே பிரகடனம் செய்கிறான். அவ்வாறு பிரகடனம் செய்கிறபோது நீ உயிரோடு இருக்கும் காலம்வரை எல்லோர் முன்னிலையிலும் உன்னை அவமதிக்கவும், குற்றம் சுமத்தவும் நீ அவனை ஊக்கப்படுத்துகிறாய். யார் முதலில் மன்னிப்பு கேட்கிறார்களோ அவர்கள் தவிர்க்கவே முடியாத இந்தப் பின்விளைவுகளைச் சந்திக்கவேண்டும்."

"அது உண்மைதான். யாருமே மன்னிப்பு கேட்கக் கூடாது. ஆனால் அனைவருமே மன்னிப்பு கேட்கும் ஓர் உலகத்தையே நான் விரும்புகிறேன். அதற்கு யாருமே விதிவிலக்கல்ல. காரணமே இல்லாமல், அதீதமாக, எந்த அவசியமும் இன்றி மன்னிப்பு என்ற சுமையை அவர்கள் ஏன் தங்கள்மீது சுமத்திக்கொள்ளவேண்டும்?"

மேடலீனை அழைப்பதற்காக ஆலன் தன்னுடைய அலைபேசியை மறுபடி எடுத்தான். அலைபேசி வீணாக அடித்துக்கொண்டிருந்தது. இத்தகைய தருணங்களில் அவன் வழக்கமாகச் செய்வதுபோலச் சுவரில் தொங்கிக்கொண்டிருந்த புகைப்படத்தில் இருந்த அழகிய இளம் பெண்ணின் முகத்தின்மீது தன் கவனத்தைச் செலுத்தினான். அது அவனுடைய அம்மாவின் இள வயதுப் புகைப்படம். அவனுடைய ஸ்டூடியோவில் அதைத் தவிர வேறு புகைப்படமே இல்லை.

ஆலன் பிறந்த சில மாதங்களிலேயே அவனுடைய அம்மா அவனுடைய அப்பாவைப் பிரிந்துவிட்டாள். யாருக்கும் எந்த இடையூறும் விளைவிக்காத அவருடைய வழக்கமான செயல்பாடுகளைப் போலவே அவளைப் பற்றி அவர் எப்போதுமே குறைகூறியதில்லை. அவர் ஒரு நல்ல மனிதர். இத்தகைய ஒரு மென்மையான நல்ல மனிதரை எப்படி ஒரு பெண்ணால் நிராதரவாக விட்டுச்செல்ல முடியும் என்று அந்தக் குழந்தைக்குப் புரியவில்லை. குழந்தைப் பருவத்திலிருந்தே (அல்லது கருவுற்றதில் இருந்தே) மென்மையானவனாகவும் நல்லவனாகவும் (அவன் அறிந்தவரையில்) இருந்த தன்னுடைய மகனைக்கூட நிராதரவாக விட்டுச்செல்ல அவளால் எப்படி முடிந்தது என்பதும் அவனுக்குப் புரியவில்லை.

"அம்மா எங்கு வசிக்கிறாள்?" என்று அவன் தன்னுடைய தந்தையிடம் கேட்டிருக்கிறான்.

"அனேகமாக அமெரிக்காவாக இருக்கலாம்."

"அனேகமாக என்றால் என்ன அர்த்தம்?"

"அவளுடைய முகவரி எனக்குத் தெரியாது."

"ஆனால் உங்களுக்கு அதைத் தெரிவிக்கவேண்டிய கடமை அவளுக்கு இருக்கிறதுதானே?"

"அவளுக்கு அப்படி எந்தவிதமான கடமையும் கிடையாது."

"என்னைப் பொறுத்தவரையில்கூட அவளுக்கு எந்தக் கடமையும் இல்லையா? என்னைப் பற்றிய தகவல்களை அவள் பெற விரும்பவில்லையா? நான் என்ன செய்கிறேன் என்று அவள் அறிந்துகொள்ள விரும்பவில்லையா? அவளைப் பற்றி நான் என்ன நினைக்கிறேன் என்று அவள் தெரிந்துகொள்ள விரும்பவில்லையா?"

ஒருநாள் அவனுடைய அப்பா தம்முடைய கட்டுப்பாட்டை இழந்துவிட்டார்.

"நீ வற்புறுத்துவதாலேயே இதைச் சொல்கிறேன். உன்னுடைய அம்மா உன் பிறப்பையே விரும்பவில்லை. நீ இங்கிருக்கும் அந்தச் சாய்வு நாற்காலியில் சொகுசாக சாய்ந்துகொண்டிருப்பதை அவள் விரும்பவில்லை. உன்னைப் பற்றிய எதையும் அவள் விரும்பவில்லை. இப்போது உனக்குப் புரிந்ததா?" என்றார்.

அவனுடைய அப்பா வலுச்சண்டைக்குப் போகிற ஆள் இல்லை. ஒரு உயிர் பூமிக்கு வருவதைத் தடுக்க முயற்சித்த அந்தப் பெண்ணின்மீது தனக்கிருந்த உள்ளார்ந்த முரண்பாட்டை அவர் எவ்வளவோ மறைத்தும் அதை மீறி அவருடைய உணர்வுகள் வெளிப்பட்டன.

விடுமுறைக் காலமொன்றில் ஒரு மாளிகையின் நீச்சல் குளத்தருகே ஆலனுக்குத் தன் தாயுடன் நிகழ்ந்த இறுதிச் சந்திப்பு குறித்து நான் ஏற்கனவே விளக்கியிருக்கிறேன். அவனுக்கு அப்போது பத்து வயதிருக்கும். அவனுக்குப் பதினாறு வயதாகும்போது அவனுடைய அப்பா இறந்துவிட்டார்.

ஈமச் சடங்குகள் நடந்து முடிந்த சில நாட்களுக்குப் பிறகு தங்கள் குடும்பத்தினரின் புகைப்பட ஆல்பத்தில் இருந்து தன் அம்மாவின் புகைப்படம் ஒன்றைக் கத்தரித்தவன், அதற்குச் சட்டமிட்டு தன் ஸ்டூடியோ சுவரில் தொங்கவிட்டான். அவனுடைய அப்பாவின் புகைப்படம் ஒன்றுகூட அவனுடைய குடியிருப்பில் இல்லை. அது காரணப் பொருத்தமற்றதா? ஆம். நிச்சயமாக. நியாயமற்றதா? ஆமாம். சிறிதும் ஐயமின்றி. ஆனால் அது அப்படித்தான். அவனுடைய ஸ்டூடியோவின் சுவரில் ஒற்றைப் புகைப்படம் மட்டுமே இருந்தது. அவனுடைய தாயின் புகைப்படம். அவ்வப்போது அவன் அதனுடன் பேசுவான்.

மன்னிப்பு கேட்கும் ஒருவரை உருவாக்குவது எப்படி?

"நீங்கள் ஏன் கருக்கலைப்பு செய்துகொள்ளவில்லை? அவர் உங்களைத் தடுத்தாரா?"

“அதை நீ எப்போதுமே தெரிந்துகொள்ளமுடியாது. என்னைப் பற்றி நீ கற்பனை செய்துகொண்டு இருப்பதெல்லாம் தேவதைக் கதைகள் மட்டுமே. ஆனால், உன்னுடைய தேவதைக் கதைகளை நான் விரும்புகிறேன். ஆற்றில் ஒரு இளைஞனை மூழ்கடித்துக் கொன்ற கொலையாளியாக என்னை நீ மாற்றியபோதுகூட அது எனக்குப் பிடித்திருந்தது. வாழ்த்துகள் ஆலன். ஒரு கதை சொல். கற்பனை செய். அதை நான் கேட்கிறேன்" என்று புகைப்படத்தில் இருந்து ஒரு குரல் ஒலித்தது.

அரசாங்கத்தின் உயர்மட்டத்தில் நிலவும் ஊழலை நான் அடியோடு அழிக்கவேண்டும். அழித்த பிறகு அது அரசாங்கத்தின் கீழ்மட்டத்தில் நடைபெறுவதாகக் காண்பிக்க வேண்டும்.

ஆலன் மீண்டும் கற்பனை செய்தான். அவனுடைய அப்பா அவனுடைய அம்மாவின் உடலின் மேல் இருப்பதாகக் கற்பனை செய்தான். அவர்கள் கலவியில் ஈடுபடுவதற்கு முன்பு அவள், "நான் மாத்திரை எடுத்துக்கொள்ளவில்லை. ஆகவே நீதான் கவனமாக இருக்கவேண்டும்" என்று எச்சரிக்கிறாள். அவர் அவளுக்கு உறுதியளிக்கிறார். ஆகவே அவள் அவநம்பிக்கை ஏதுமின்றி, இயல்பாக உடலுறவில் ஈடுபடுகிறாள். அவருடைய முகத்தில் உச்சக்கட்ட இன்பம் அடைவதற்குரிய அறிகுறி தோன்றி, பிறகு அது பெருகியதும் அவள், "கவனமாக இரு. வேண்டாம். வேண்டாம்" என்று கூச்சலிடுகிறாள். ஆனால் அவருடைய முகம் மென்மேலும் சிவந்துகொண்டே போனது. சிவப்பாகவும் அருவருப்பாகவும் இருந்தது. தன் மீது பாரமாக அழுத்திக்கொண்டிருந்த அவருடைய உடலை அவள் கீழே தள்ளிவிட முயற்சி செய்கிறாள். அவள் போராடியபோது அவர் இன்னும் இறுக்கமாக அவள்மீது படர்ந்தார். அவரைப் பொறுத்தவரை அது குருட்டுத்தனமான காதல் இல்லை, காதல் சிறிதுமற்ற திட்டமிட்ட செயல் என்பது, அப்போது சட்டென அந்த நொடியில்தான் அவளுக்குப் புரிந்தது. ஆனால் அவளுக்கிருந்ததோ உறுதி மட்டுமல்ல. வெறுப்பு. அந்த யுத்தத்தில் அவள் தோல்வி கண்டதால் ஏற்பட்ட கடும் வெறுப்பு.

அவர்களுடைய கலவியை அவன் கற்பனை செய்வது இது முதல் முறை அல்ல. அது அவனை வசியம் செய்தது. எல்லா மனிதர்களும் தாம் கருவுற்ற அந்தத் தருணத்தின் துல்லியமான நகலாக இருப்பர் என்று அவனை நினைக்கச் செய்தது. மென்மையும், உடல் பலமும்கொண்ட ஆண் வெறுப்பு, தைரியமும் உடலளவில் பலவீனமும்கொண்ட பெண் வெறுப்பு ஆகிய இரண்டும், உடலுறவின் உச்சக்கட்டத்தில் ஒன்றிணைகின்றன. தன்னுடைய பிறப்புக்குக் காரணமாகத் திகழ்ந்த அந்த இரு வெறுப்புகளின் சுவடுகள் தன் முகத்தில் தெரிகின்றனவா என, கண்ணாடியின் எதிரே நின்று பரிசோதித்தான்.

மன்னிப்பு கேட்கும் ஒருவனை உருவாக்கியதுமட்டுமே இரட்டை வெறுப்பின் பலன் என்ற முடிவுக்கு வந்தான். அவன் தன் தந்தையைப் போலவே மென்மையானவனாகவும் புத்திசாலியாகவும் இருந்தான். அவனுடைய தாயின் பார்வையில் அனுமதியின்றி நுழைந்த ஒருவனாகவே அவன் எப்போதும் இருப்பான். மென்மையானவனாகவும் அதேசமயத்தில் அனுமதியின்றி ஓரிடத்தில் நுழைபவனாகவும் இருக்கும் ஒருவன் பொருத்தமான காரணமின்றித் தன் வாழ்நாள் முழுவதும் மற்றவர்களிடம் மன்னிப்பு கேட்கும்படி தண்டிக்கப்படுவான். சுவரில் தொங்கிக்கொண்டிருக்கும் புகைப்படத்தை ஆலன் மீண்டும் பார்த்தான். தோற்றுப்போனவளாக, ஈரம் சொட்டும் ஆடையுடன் காரில் ஏறி, காவலாளியின் ஜன்னலை அவர் கண்ணில் படாமல் கடந்து, படிகளில் ஏறி, தன்னுடைய குடியிருப்பை அடைந்து, அனுமதியின்றி நுழைந்தவன் தன்னுடலைவிட்டு வெளியேறும்வரை அவ் வீட்டில் தங்கியிருந்த அந்தப் பெண்ணைப் பார்த்தான். சில மாதங்கள் கழிந்ததும் அவள் அந்த இருவரையும் அனாதரவாக விட்டுவிட்டுச் சென்றாள்.

ஏவாளின் மரம்

ஆலன் சுவரின்மீது சாய்ந்து தலைகுனிந்தபடி ஸ்டூடியோவின் தரையில் அமர்ந்திருந்தான். ஒருவேளை அவன் தூங்கிவிட்டானா? ஒரு பெண்ணின் குரல் அவனை எழுப்பியது.

"நீ இதுவரை என்னிடம் சொன்ன அனைத்தும் எனக்குப் பிடித்திருக்கிறது. நீ கண்டுபிடிக்கிற அனைத்தும். அதற்கு மேல் சொல்ல எதுவும் இல்லை. தொப்புளைப் பற்றி வேண்டுமானால்

சொல்லலாம். தொப்புள் அற்ற பெண் உன்னுடைய கருத்துப்படி ஒரு தேவதை. எனக்கோ அவள் ஏவாள் என்கிற முதல் பெண். அவள் தொப்புள் வழியாகப் பிறக்கவில்லை. அவளை உருவாக்கியவரின் மனம்போன போக்கில் ஏற்பட்ட பெருவிருப்பத்தின் காரணமாகப் பிறந்தவள். தொப்புள் இல்லாத அந்தப் பெண்ணின் இனப்பெருக்க உறுப்பின் வெளிப்பகுதியில் இருந்துதான் முதல் தொப்புள் கொடி வெளிவந்தது. நான் பைபிளை நம்புவதாக இருந்தால் ஒவ்வொரு சிறுவனின், சிறுமியின் உடலுடன் இணைக்கப்பட்டிருந்த மற்ற தொப்புள் கொடிகளும் இவ்வாறே தோன்றியிருக்கவேண்டும் என்று நம்புவேன். ஆண்களின் உடல்கள் எவ்விதமான தொடர்ச்சிகளும் இன்றி முற்றிலும் பயனற்றனவாக இருந்தன. ஆனால் ஒவ்வொரு பெண்ணின் பாலியல் உறுப்பில் இருந்தும் வெளியே வந்த இன்னொரு தொப்புள் கொடியின் விளிம்பிலும் இன்னொரு பெண்ணோ ஆணோ இருந்தனர். முடிவற்ற அந்த உடல்கள் அனைத்தும் லட்சோப லட்சம் முறைகளாகப் பெருகி ஒரு மாபெரும் மரமாக உருக்கொண்டது. அந்த மரத்தின் கிளைகள் வானைத் தொட்டன. கற்பனை செய்து பார்! பேருருக் கொண்ட அந்த மரம், தொப்புள் அற்ற, பரிதாபத்துக்குரிய ஏவாள் எனும் ஆதிச் சிறு பெண்ணின் இனப்பெருக்க உறுப்பின் வெளிப் பகுதியில் இருந்து உருவானது.

"நான் கருவுற்றபோது அந்த மரத்தின் ஒரு பகுதியாக, அதன் தொப்புள் கொடிகளுள் ஒன்றிலிருந்து தொங்கிக் கொண்டிருப்பவளாகவும், பிறந்திராத உன்னை வெற்றிடம் ஒன்றில் மிதக்கும் உயிராக, என் உடலில் இருந்து வெளியேறும் கொடியுடன் கொக்கியிடப்பட்டவளாக நான் பார்த்தேன். தொப்புள் அற்ற அந்தப் பெண்ணின் தொண்டையைக் கிழிக்கும் ஒரு கொலையாளியை அன்றிலிருந்து நான் கனவு காணத் துவங்கினேன். அவளுடைய உடல் மரண வலியில் துடிப்பதை, அழுகிப்போவதை, அவளுடைய உடலில் இருந்து தோன்றிய பேருருக் கொண்ட அந்த மரம் திடீரென வேர்களும் அடித்தளமும் இன்றி விழத் துவங்குவதுவரை நான் கற்பனை செய்து பார்த்தேன். எங்கெங்கும் பரவிக் கிடந்த அதன் கிளைகள், வானம் பொத்தலாகிப் பெருமழை பெய்வதுபோலத் தரையில் வீழ்வதைப் பார்த்தேன். நான் கனவு கண்டுகொண்டிருந்தது மனிதகுல வரலாற்றின் முடிவையோ அல்லது எதிர்காலத்தின்

அழிவையோ அல்ல என்பதைப் புரிந்துகொள்ளுங்கள். இல்லையில்லை. ஒட்டுமொத்த மனிதகுலம், அதன் கடந்த காலம், எதிர்காலம், ஆதி, அந்தம், இருத்தலின் கால அளவு, நிகழ்வுகள் குறித்த நினைவுகள், நீரோ, நெப்போலியன், புத்தர், ஏசு அனைத்தும் மறைந்துபோய்விடவேண்டும் என்று நான் விரும்பினேன். தொப்புள் அற்ற அந்த ஆதி சிறு பெண்ணின் வயிற்றிலிருந்து வேர்விட்ட மரம் முழுதாக நிர்மூலமாவதை நான் விரும்பினேன். தான் என்ன செய்கிறோம் என்பதையோ, மிகச் சிறிய இன்பத்தையும் அவளுக்குத் தராத பரிதாபகரமான அவளுடைய கலவியின் காரணமாக நாங்கள் அனுபவிக்கப் போகும் பயங்கரங்களையோ அறியாத முட்டாள் அவள்."

அம்மாவின் குரல் அமைதியாகிவிட்டது. சுவரின்மீது சாய்ந்தபடி ஆலன் மறுபடி உறங்கினான்.

மோட்டார் சைக்கிளின்மீது நடந்த உரையாடல்

அடுத்த நாள் காலை பதினொரு மணியளவில் ஆலன் தன் நண்பர்கள் ரேமோனையும் காலிபனையும் லக்சம்பார்க் கார்டன் எதிரே இருந்த அருங்காட்சியகத்தின் முன் சந்திப்பதாக இருந்தது. தன் ஸ்டூடியோவில் இருந்து கிளம்புவதற்கு முன் திரும்பிப் பார்த்தவன், புகைப்படத்தில் இருந்த தன் அம்மாவிற்குக் கையசைத்தான். பிறகு தெருவில் இறங்கி, குடியிருப்புக்குச் சற்று தொலைவில் நிறுத்தியிருந்த தன் மோட்டார் சைக்கிளை நோக்கி நடந்தான். அவன் வண்டியோட்டத் துவங்கியதும் யாரோ தன் முதுகின்மீது சாய்வதுபோன்ற தெளிவில்லாத ஒரு தொடு உணர்வு அவனுக்குத் தோன்றியது. மேடலீன் அவனுடன் இருப்பதுபோலவும் அவனை லேசாகத் தொடுவது போலவும் இருந்தது. இந்த மாயத் தோற்றம் அவனை உணர்ச்சிவசப்பட வைத்தது. இது தனக்கு அவள்மீதிருந்த அன்பின் வெளிப்பாடுதான் என்று நினைத்தபடி அவன் வண்டியை ஓட்டத் தொடங்கினான்.

அதற்குப் பிறகு, "நான் இன்னும் சிறிது நேரம் பேச விரும்பினேன்" என்று ஒரு குரல் அவனுடைய முதுகுக்குப் பின் ஒலித்தது.

இல்லை. இது மேடலீன் இல்லை. தன் அம்மாவின் குரலை அவனுக்கு அடையாளம் தெரிந்தது. போக்குவரத்து மிதமாக இருந்தது.

"நம் இருவருக்கிடையில் எவ்விதமான குழப்பமும் இல்லை, ஒருவரை ஒருவர் முழுதாகப் புரிந்துகொண்டிருக்கிறோம் என்பதை நான் உறுதிசெய்துகொள்ள விரும்பினேன்..." என்று அவள் பேசிக்கொண்டே சென்றபோது, அவன் பிரேக்கை அழுத்த வேண்டியதாயிற்று.

கார்களுக்கு இடையே புகுந்து சாலையைக் கடந்த பாதசாரி ஒருவன் அச்சமூட்டும் விதத்தில் திடீரென ஆலனின் எதிரே தோன்றியதால் அது நிகழ்ந்தது.

"நான் வெளிப்படையாகப் பேசுகிறேன். இங்கிருக்க விருப்பம் தெரிவிக்காத ஒருவரை இந்த உலகத்துக்கு அனுப்புவது என்பது மோசமானது என்று நான் எப்போதுமே உணர்ந்திருக்கிறேன்."

"எனக்குத் தெரியும்"என்றான் ஆலன்.

"உன்னைச் சுற்றிலும் பார். நீ பார்க்கும் எல்லா மனிதர்களுமே தம்முடைய விருப்பத்தின்பேரில் இங்கு வந்தவர்கள் கிடையாது. நான் இப்போது சொன்னது இங்கு நிலவும் உண்மைகளிலேயே மிகச் சிறியது. அது எவ்வளவு சிறியது, எவ்வளவு அடிப்படையானது என்றால் நாம் அதைப் பார்ப்பதையோ கேட்பதையோகூட நிறுத்திவிட்டோம்."

இரண்டுபுறமும் அவனை அழுத்திக்கொண்டிருந்த டிரக்குக்கும் காருக்கும் இடையேயான ஒரு வரிசையில் பல நிமிடங்கள் அவன் நின்றுகொண்டிருந்தான்.

"எல்லோருமே மனித உரிமைகளைப் பற்றி உளறுவது எவ்வளவு நகைச்சுவையாக இருக்கிறது. உன்னுடைய இருப்பு எவ்வித உரிமையின் அடிப்படையிலும் வந்ததில்லை. மனித உரிமைகளின் பாதுகாவலர்களாகிய இவர்கள் உன் விருப்பத்திற்கேற்ப உன்னுடைய வாழ்க்கையை முடித்துக்கொள்ளக்கூட உன்னை அனுமதிப்பதில்லை."

சாலைகள் சந்திக்கும் இடத்தில் பொருத்தப்பட்டிருந்த விளக்கு, சிவப்பு நிறத்துக்கு மாறியதும் அவன் நின்றான். சாலையின் இருபுறத்தில் இருந்தும் பாதசாரிகள் எதிர்த் திசையில் இருந்த நடைபாதையை நோக்கி நடக்கத் தொடங்கினார்கள்.

"அவர்கள் அனைவரையும் பார். நீ பார்ப்பதில் பாதி ஆட்களாவது அழகற்றவர்களாக இருக்கிறார்கள். அழகற்று இருப்பதும் மனித

உரிமைகளில் ஒன்றுதான். ஒருவர் வாழ்நாள் முழுக்க அழகற்ற தன் உருவத்தைச் சுமப்பது எப்படி இருக்கும் என்று உனக்குத் தெரியுமா? ஒரு நிமிடமாவது நிம்மதி இருக்குமா? உன்னுடைய பாலினம்? உன்னுடைய கண்களின் நிறம்? நீ பூமியில் வாழும் காலகட்டம்? உன்னுடைய நாடு? உன்னுடைய தாய்? வாழ்வின் அதிமுக்கியமான இந்த எந்த விஷயத்தையும் உன்னால் தேர்வு செய்யமுடியாது. சண்டையிடுவது, பெரும் பிரகடனத்தை எழுதுவது போன்ற தேவையற்ற விஷயங்களுக்குமட்டுமே ஒரு மனிதனுக்கு உரிமைகள் தரப்படுகின்றன" என்றாள் அவனுடைய அம்மா.

அவன் மீண்டும் வண்டியோட்டிக்கொண்டிருந்தான். "நீ இங்கே இவ்விதமாக இருப்பதற்குக் காரணம் நீ பலவீனமாக இருப்பதே. அது என்னுடைய தவறுதான். என்னை மன்னித்துவிடு" அவனுடைய அம்மாவின் குரல் மென்மையாக ஒலித்தது.

ஆலன் சிறிது நேரம் அமைதியாக இருந்தான். பிறகு மெல்லிய குரலில், "நீங்கள் எதற்காகக் குற்ற உணர்ச்சி கொள்கிறீர்கள்? என்னுடைய பிறப்பைத் தடுப்பதற்கான பலம் உங்களிடம் இல்லாமல் போனதற்கா? அல்லது உங்களை என்னுடைய வாழ்வில் மறுபடி இணைத்துக்கொள்ள முடியாமல் போனதற்கா? அவ்வாறு நடந்தால் அது அவ்வளவு மோசமானது ஒன்றும் இல்லையே?" என்று கேட்டான்.

சிறிது நேரம் அமைதியாக இருந்த பிறகு, அவள், "ஒருவேளை நீ சொல்வது சரியாக இருக்கலாம். அப்படி இருக்கும்பட்சத்தில் நான் அதற்காக இருமடங்கு குற்றவுணர்ச்சி கொள்கிறேன்" என்று பதில் சொன்னாள்.

"மன்னிப்பு கேட்கவேண்டியது நான்தான். உங்களுடைய வாழ்வில் நான் ஒரு பசுஞ் சாணம் போல, திடீரென வந்து விழுந்தேன். உங்களை அமெரிக்காவுக்குத் துரத்தியடித்தேன்" என்றான்.

"மன்னிப்பு கேட்பதில் இருந்து வெளியே வா. என்னுடைய வாழ்க்கையைப் பற்றி உனக்கு என்ன தெரியும்? என் அருமை முட்டாளே! உன்னை முட்டாள் என்று நான் அழைக்கவா? என்னைப் பொறுத்தவரையில் நீ ஒரு முட்டாள். உன்னுடைய முட்டாள்தனம் எங்கிருந்து வருகிறது என்று உனக்குத் தெரியுமா? உன் நற்பண்புகளிலிருந்து! முட்டாள்தனமான நற்பண்புகள்!"

லக்சம்பார்க் கார்டனை அடைந்தவன் தன்னுடைய மோட்டார் சைக்கிளை அங்கே நிறுத்தினான்.

"எதிர்ப்புத் தெரிவிக்காதீர்கள். என்னை மன்னிப்பு கேட்கவிடுங்கள். நான் மன்னிப்பு கேட்பவன். அவ்விதமாகத்தான் நீங்கள் இருவரும் என்னை உருவாக்கி இருக்கிறீர்கள். அத்துடன் மன்னிப்பு கேட்கும் ஒருவனாக இருப்பதில் நான் உண்மையில் மகிழ்ச்சி அடைகிறேன். நாமிருவரும் ஒருவருக்கொருவர் மன்னிப்பு கேட்கும்போது அது ஓர் இதமான உணர்வை எனக்குத் தருகிறது. ஒருவருக்கொருவர் மன்னிப்பு கேட்பது இனிமையாக இருக்கிறது இல்லையா?" என்று கேட்டான்.

அதற்குப் பிறகு அவர்கள் அருங்காட்சியகத்தை நோக்கி நடக்கத் தொடங்கினர்.

மிலன் குந்தெரா (1929 – 2023)

மிலன் குந்தெரா, செக்கோஸ்லோவாக்கிய எழுத்தாளர் ஆவார். அவர் 1989 ஆம் ஆண்டு வெல்வெட் புரட்சிக்கு முன் செக்கோஸ்லோவாக்கிய கம்யூனிஸ்ட் கட்சியால் தடை செய்யப்பட்டார். 'தி அன்- பேரபிள் லைட்னெஸ் ஆஃப் பீயிங்' , 'த புக் ஆஃப் லாஃப்டர் அண்ட் ஃபர்கெட்டிங்', 'ஜோக்' ஆகியன அவரது மிகவும் பிரபலமான படைப்புகளாகும். 'லைஃப் இஸ் எல்ஸ்வேர்', 'த ஃபேர்வெல் வால்ட்ஸ்', 'இம்மொர்ட்டாலிட்டி', 'த ஃபெஸ்டிவல் ஆஃப் இன்சிக்னிஃபிகன்ஸ்' ஆகியனவும் முக்கியத்துவம் பெற்ற நாவல்களாகும். அன்பு, தனித்த அடையாளம், பாலியல், மரணம் ஆகியவற்றின் தத்துவம் சார்ந்த கருப்பொருள்களை ஆராய்ந்தமைக்காக அவருடைய நாவல்கள் புகழ்பெற்றன.

இறப்பின் நடனம்

குஸ்டாவ் ஃப்ளுபர்ட்

1

மரணம் பேசுகிறது

சொர்க்கத்திலிருந்து விழுகின்ற பெரிய வெண்ணிறக் கண்ணீர்த் துளிகளைப்போல குளிர்கால இரவுகளில் பனித் திவலைகள் உருகி விழுகையில் நான் என்னுடைய குரலை உயர்த்துகிறேன்; அதன் அதிர்வுகள் சைப்ரஸ் மரங்களைக் கிளர்ச்சி அடையச் செய்து அவற்றில் புதிய மொட்டுக்களை மலர்த்துகின்றன.

பூமியின்மீதான என்னுடைய துரிதமான பயணத்தை நான் சிறிது நிறுத்துகிறேன். குளிர்ந்த கல்லறைகளின் கீழ் என்னை வீசுகிறேன். கருத்த இறகுடைய பறவைகள் திடீரென என் அருகிருந்து அச்சத்தோடு படபடத்தெழ, இறந்தவர்கள் அமைதியாக உறங்க, சைப்ரஸ் மரக் கிளைகள் என் தலையின் கீழே தொங்க, என்னைச் சுற்றியிருக்கும் அனைத்தும் அழுதபடியோ, ஆழ்ந்த உறக்கத்திலோ இருக்க, தகிக்கின்ற என்னுடைய கண்கள் பரந்த வெண்ணிற மேகங்களின்மீது படிகிறது. பிரம்மாண்டமான முறுக்குத் தாள்கள் தங்களுடைய நீளத்தை முழுவதுமாக சொர்க்கத்தின்மீது

விரித்தன. எத்தனை இரவுகள், எத்தனை வருடங்கள், எத்தனை காலங்கள் நான் இவ்வாறு பயணித்திருக்கிறேன்! உலகம் முழுதும் பிறப்புக்குப்போலவே அழிவுக்கும் ஒரு சாட்சியாக. எண்ணிக்கையில் அடங்காத தலைமுறைகளை என்னுடைய வாளின்மூலம் அடைந்திருக்கிறேன். கடவுளைப்போல நானும் நித்தியம். பூமியின் செவிலி. ஒவ்வொரு இரவும் நான் அதை மென்மையுடனும் வெப்பத்துடனும் தொட்டிலில் இடுகிறேன். தொடர்ச்சியாக அதே விருந்துகள்; அதே முடிவுறாத கடுமையான உழைப்பு. ஒவ்வொரு காலையில் நான் பிரியும்போதும் ஒவ்வொரு மாலை நான் திரும்ப வரும்போதும் போதுமான உறைகளை என் வாள் சேகரித்திருக்கும். பிறகு நான் அவற்றை சொர்க்கத்தின் நான்கு திசைகளிலும் சிதறடிப்பேன்.

2

பெருங்கடல் அலைகள் வீசுகையில், சொர்க்கம் அழுகையில், காற்று கிரீச்சிடும் சப்தத்துடன் சமுத்திரத்தை பைத்தியக்காரத்தனமாக பலங்கொண்டு மோதுகையில், இந்தக் கொந்தளிப்பிலும் அமளியிலும் அங்கு கூடும் அலைகளுக்கு மேலாக நான் என்னை வீசுகிறேன். ஆகா! அந்த உக்கிரமான காற்று, மஞ்சத்தில் ராணி அசைவதைப்போல என்னை மென்மையாகத் தூளியிலிட்டு ஆட்டுகிறது. என்னுடைய காலடிகளைக் கட்டுப்படுத்துவதற்கான வீண் முயற்சியில் ஈடுபட்ட எண்ணற்ற தலைமுறைகளுக்குப் பழக்கமான கண்ணீரில் குளித்து, எரிச்சலுற்று என் பாதங்கள் களைத்துவிட்டன. அவற்றை நுரைத்த கடல் குளுமைப்படுத்தியது. பிறகு புயல் நின்றுபோய் அதன் உறுமல் என்னைத் தாலாட்டுப்போல அமைதிப்படுத்தியதும் நான் என் தலையைத் தாழ்த்திக்கொண்டேன். ஒரு கணத்துக்குமுன் கோபத்துடன் கொந்தளித்த சூறாவளி உடனடியாக மரிக்கிறதே - அதுபோலவே - ஆண்களும், கப்பல்களும், சமீபத்தில் கடலின் மார்பில் துடுப்பிட்டுச் சென்ற கடற்படையினர் என யாவருமே - நான் பார்த்த, அறிந்த அனைத்திலும் - மக்கள், சிம்மாசனங்கள், காதல், பெருமைகள், துயரங்கள், நல்லொழுக்கங்கள் என நான் எதை நேசித்திருக்கிறேன்? எதையும் இல்லை. என்னை மறைத்துள்ள கவசத்தைத்தவிர.

என்னுடைய குதிரை. ஆமாம். என்னுடைய குதிரை. நான் அதை நேசிக்கிறேன். எவ்வளவு வேகத்துடன் உலகின்மீது ஓடுகிறது. அதன் வெள்ளியாலான பெரும் குளம்படி வேகமாய் நடக்கின்ற பாதங்களை உடையவர்களின் தலைமீது உரசியபடி இருக்கிறது. அதன் வால் நேராக, மிருதுவாக, கண்கள் துள்ளும் பிழம்புகளாக, கழுத்தின் பிடரி மயிர் காற்றில் பறக்க எங்கள் பித்து நிறைந்த பயணத்தில் நாங்கள் மோதி முன்னேறுகிறோம். நாங்கள் ஓய்வெடுப்பதோ உறங்குவதோ இல்லை. அதன் கணைப்பு யுத்தத்தின் குறியீடு. அதன் நாசித் துவாரங்களில் இருந்து புகையாய்ப் பரவும் தொற்றுநோய் மூடுபனியாக பூமியின்மீது மிதக்கிறது. எங்கெங்கு என்னுடைய அம்புகள் பறக்கின்றனவோ அங்கெல்லாம் அவை பிரமிடுகளையும் ராஜ்ஜியங்களையும் வீழ்த்துகின்றன. தன்னுடைய குளம்புகளின் கீழ் இட்டு கிரீடங்களை மிதித்துத் துவைக்கிறது. எல்லா மனிதர்களும் உன்மீது மதிப்புக் கொண்டுள்ளனர். இல்லை அவர்கள் உன்னைத் தொழுகிறார்கள்.

தங்கள் வழிபாட்டுக்கான என்னுடைய சாதகமான பதிலைப் பெற, போப் ஆண்டவர்கள் தங்களுடைய மூன்று கிரீடங்களைப் படையலிடுகிறார்கள். அரசர்கள் தங்கள் செங்கோல்களை; மக்கள் தங்கள் ரகசியத் துயரங்களை; கவிஞர்கள் தங்கள் புகழை அனைவரும் உன்னிடம் அஞ்சுகிறார்கள். உன்முன் மண்டியிடுகிறார்கள். ஆனால் தலைகுனிந்திருக்கிற அவர்களின் வடிவங்களின்மீது நீ வேகமாக ஓடுகிறாய்.

ஆ! உன்னதமான போர்க்குதிரையே! சொர்க்கத்தின் ஒற்றைப் பரிசே. உன்னுடைய தசை நாண்கள் இரும்பால் ஆனவை, தலை வெண்கலத்தால் ஆனது. கழுகுகளின் சிறகுகளால் செய்யப்பட்டதுபோலப் பல நூற்றாண்டுகள் தொடர்ந்து உன்னால் வேகமாகப் பயணிக்க முடியும். ஆயிரம் வருடங்களுக்கு ஒருமுறை தவிர்க்கமுடியாது பசிக்கிறபோது உன்னுடைய உணவு, மனித மாமிசம். உன் பானம், மனிதர்களின் கண்ணீர். என் போர்க் குதிரையே! வெளிறிய மரணம் மட்டுமே நேசிப்பதுபோல் நான் உன்னை நேசிக்கிறேன்.

ஆ! நான் நெடுங்காலம் வாழ்ந்துவிட்டேன். எனக்கு எவ்வளவு விஷயங்கள் தெரியும்! பிரபஞ்சத்தின் எத்தனை மர்மங்கள் என்னுடைய நெஞ்சத்தில் பொத்திவைக்கப்பட்டிருக்கின்றன!

3

சில சமயங்களில் நான் எண்ணற்ற ஈட்டிகளைத் தூக்கி வீசிய பிறகு, என்னுடைய வெளிர் நிறக் குதிரையில் உலகத்தின்மீது பயணித்து, நிறைய உயிர்களைச் சேகரித்த பிறகு களைப்பு என்னைத் தீவிரமாகத் தாக்குகையில் நான் ஓய்வெடுக்க விரும்புவேன். ஆனால் என்னுடைய வேலையைத் தொடரவேண்டும். நான் என் பயணத்தை மேற்கொள்ளவேண்டும். அது முடிவற்ற வெளியையும் எல்லா உலகங்களையும் தலைமை ஏற்றுச் செல்லும். நான் மனிதர்களின் திட்டங்களை வெற்றிகளோடு, காதலைக் குற்றங்களோடு, அவர்களின் அனைத்தையும் சேர்த்துத் துடைத்து அப்புறப்படுத்திவிடுவேன் . நான் என்னுடைய சவச் சீலையைப் போர்த்துவேன். ஒரு நச்சுப் பாம்பு இடைவிடாது தாக்குவதுபோல பயம் நிறைந்த ஓர் ஆவல் என்னை நிரந்தரமாகச் சித்திரவதை செய்கிறது. நான் திரும்பிப் பார்க்கிறேன். எஞ்சியிருக்கிற இடிபாடுகளில் இருந்து வரும் புகையை, இரவின் கருமையை, உலகத்தின் துயரத்தை, என் கரங்களினால் விளைந்த கல்லறையை, இறந்தகாலத்தின் பின்னணியை, அதன் ஒன்றுமற்ற தன்மையைப் பார்க்கிறேன். என் களைப்புற்ற உடல், கனத்த தலை, சோர்வான கால்கள், யாவும் மூழ்குகின்றன; ஓய்வைத் தேடுகின்றன. ஒளிர்கின்ற எல்லையற்ற மகத்தான அடிவாரத்தை நோக்கி என்னுடைய கண்கள் திரும்புகின்றன. அது உயரமாகவும் ஆழமாகவும் வளர்ந்துகொண்டே இருப்பதாகத் தெரிகிறது. மற்ற எல்லாவற்றையும் நுகர்ந்ததைப்போலவே நான் அதை நுகர்வேன். எப்போது கடவுளே! என்னுடைய முறை வரும்போது நான் தூங்கவேண்டுமா? எப்போது நீங்கள் படைப்பதை நிறுத்துவீர்கள்? எப்போது எனக்கான கல்லறையை நான் தோண்டி, அதனுள் நீட்டிப் படுத்துக்கொண்டு, உலகின்மீது ஊஞ்சலாடியபடியே இறந்துபோய்க்கொண்டிருக்கின்ற இயற்கையின் மூச்சுத்திணறலை, கடைசி மூச்சை பட்டியல் இடுவேன்?

அந்த நிகழ்கணத்தில் நான் என்னுடைய ஈட்டியையும் முகமூடியையும் தூக்கி வீசி எறிவேன். பிறகு என்னுடைய குதிரையை நான் விடுவிப்பேன். அவன் பிரமிடுகளின் மீது வளர்கின்ற புல்லை மேய்வான். சக்கரவர்த்திகளின் மாளிகைகளில் உறங்குவான். கடலின் கடைசித் துளி நீரைப் பருகுவான். மெல்ல விழுகின்ற இறுதித் துளி ரத்தத்தின் வாசனையை முகர்ந்து தும்முவான். பகல், இரவு எனக் கணக்கற்ற காலங்களின் வழியே

நித்தியமான வயல்களில் கற்பனையால் செலுத்தப்பட்டதாக அவன் திரிவான். உலக வரைபடத்திலிருந்து இமயமலைக்கு ஒரு துள்ளல்; தன் துடுக்கான பெருமையுடன் சொர்க்கத்திலிருந்து பூமிக்குப் பயணிப்பான். பொடியாகிப்போன ராஜ்ஜியங்களைச் சுற்றிக் களிப்புடன் நடனமாடுவான். காய்ந்துபோன கடல் மணலின்மீது வேகமெடுத்து ஓடுவான். அழிந்துபோன மகத்தான நகரங்களைச் சுற்றி எல்லை வகுப்பான். வெற்றிடத்தை நெஞ்சு முட்டச் சுவாசித்து, வசதியாகத் தன்னுடலைக் கிடத்தி உருளுவான்.

பிறகு நம்பிக்கைப் பாத்திரமான நீ, என்னைப் போலவே களைப்புற்ற நீ, உன்னைக் கிடத்தும்பொருட்டு சில செங்குத்துப் பாறைகளைத் தேடி அவற்றில் தங்கி மர்மமான முடிவற்ற கடலின்முன் ஒதுங்குவாய். பிறகு நுரை தள்ளும் வாயுடன், விரித்த நாசியுடன் அடிவாரத்தை நோக்கிக் கழுத்தை நீட்டுகிறாய். நித்திய உறக்கத்தை விரும்பும் நான் எரிச்சலுற்ற உன் பாதங்கள் இளைப்பாற புல்லால் ஆன படுக்கையை வேண்டுகிறேன்.

4

உன்மீது வசதியாகச் சாய்ந்திருக்கிற, இலைகளால் எரிகின்ற உன் விழிகளை என்றென்றும் மூட இயலாது. அசைவற்று விளிம்பில் காத்திருக்கிற நீ ஒரே அடியில் கொல்வதற்கு உன்னைவிட வலிமையான சக்தியைப் பெற விரும்புகிறாய். புயலுடன், அழுகிப்போன மலருடன், சுருங்கிய பிணத்துடன் இணைய, உன்னைவிட வலிமையான சக்தியைப் பெற வேண்டுகிறாய். நீ உறக்கத்தைத் தேடுகிறாய். ஏனெனில், நித்திய வாழ்வென்பது சித்திரவதை; கல்லறையே அமைதி.

நாம் ஏன் இங்கிருக்கிறோம் ? எந்தச் சூறாவளி நம்மை இந்தப் பள்ளத்தாக்கில் வீசியது? நாம் ஆதியில் பயணித்த, மறந்துபோன கிரகங்களை நோக்கி எந்தக் காற்று நம்மை விரைந்து தாங்கிப் பிடிக்கும்? புகழ்பெற்ற என் போர்க் குதிரையே அதுவரை நீ உன் பயணத்தைத் தொடர்ந்துகொண்டிரு; உன் பாதங்களில் மிதிபட்ட தலைகள் நொறுங்கும் ஓசை உன் காதுகளுக்கு மகிழ்ச்சியைத் தரட்டும். உன் பயணம் நீண்டது. ஆனால் துணிவானது. நீ என்னைச் சுமந்து வெகுகாலமாகிவிட்டது; இன்னும் நீண்டகாலம் கடக்க வேண்டியிருக்கிறது. ஆனால், நாம் முதுமை எய்துவதில்லை.

விண்மீன்கள் குளிரலாம், மலைகள் தூளாகலாம், இறுதியாக பூமி தன்னுடைய வைரத்தின் அச்சுப் பாதையை விட்டு விலகலாம். என்றென்றும் தொட்டுணரமுடியாத வாழ்வில், நாம் இருவர் மட்டுமே நித்தியமானவர்கள். ஆனால் இன்று நீ என் பாதத்தில் கிடக்க இயலாது. பாசி வளர்ந்திருக்கும் கல்லறைமீது உன் பற்களைத் தேய்த்து மெருகேற்ற இயலாது; ஏனெனில் சாத்தான் என்னைக் கைவிட்டுவிட்டது; நான் அறிந்திடாத ஒரு சக்தி அதனுடைய விருப்பத்துக்குக் கீழ்ப்படியச் சொல்லி என்னை வற்புறுத்துகிறது. அந்தோ! இறந்தவர்கள் தங்கள் கல்லறைகளிலிருந்து எழக் கோருகிறார்கள்.

★★★

சாத்தானே, நான் உன்னை நேசிக்கிறேன்! என்னுடைய இன்பங்களையும் மன உளைச்சல்களையும் நீ புரிந்துகொள்வதில்லை. ஆனால் என்னைவிட அதிர்ஷ்டம் மிக்க நீ, பூமி இல்லாதுபோகும் ஏதோ ஒருநாளில் பெருவெளியின் உலகில் சாய்ந்து உறங்கமுடியும். ஆனால் இவ்வளவுகாலம் முடிவற்று உழைத்த, புனிதமான காதல்களுடன், பவித்திரமான எண்ணங்களுடன் மட்டும் வாழ்ந்த நான் இறப்பற்ற தன்மையை சகித்துக்கொள்ளவேண்டும். மனிதனுக்கு அவனுடைய கல்லறை இருக்கிறது; புகழுக்கு மறதி; பகல் இரவுக்குள் மரித்துப்போகிறது. ஆனால் நான்...!

நீடிக்கிற தனிமையால் சபிக்கப்பட்டிருக்கிற என் பயணவழியெங்கும் சிதறிக் கிடக்கிற மக்களின் எலும்புகளின்மீது அழிவுக் குறி இடப்பட்டுள்ளது. தேவதைகளுக்குச் சக தேவதைகள் உள்ளனர்; பேய்களுக்கு இருள் எனும் துணை இருக்கிறது. ஆனால் எனக்கோ, வாளின் பலத்த ஓசையும், என் அம்புகளின் சீழ்க்கையும், வேகமெடுக்கிற என் குதிரையின் ஒலியுமே கேட்கிறது. வேகத்துடன் பாய்கிற கடல்களின் எதிரொலி மனிதகுலத்தை எப்போதும் முழுதாக அள்ளி ஆட்கொள்கிறது.

சாத்தான்.

5

சொர்க்கத்தில் வாழும் பேரதிர்ஷ்டமுள்ள நீயா புகார் சொல்கிறாய்? அற்புதமான, உயர்ந்த, மாற்றமுடியாத, நித்தியமான - கடவுளைப்

போன்ற, உனக்கு நிகரான அந்த ஒற்றை உயிர் யார்? பிரபஞ்சத்தை உன் குதிரையின் பாதத்தில் வைத்து நொறுக்கிவிட்ட பிறகு, பிறிதொரு நாளில் உன் முறை வருகையில் என்றென்றும் நிரந்தரமாக மறையப்போகிற நீயா மனக்கவலையுற்றிருக்கிறாய்?

கடவுளின் படைப்பு முடிவுறும்போது, சொர்க்கங்கள் மறைந்த பிறகு, விண்மீன்கள் தாகத்தைத் தணித்த பிறகு, ஆவிகள் தங்களுடைய ரகசிய இடங்களில் இருந்து எழுந்து வந்து, பெருமூச்சுடனும் புலம்பலுடனும் ஆழங்களில் உலவுகையில், அது உனக்குக் கற்பனைக்கு எட்டாத எத்தகைய ஓர் ஆனந்தம்! பிறகு நித்தியமான சொர்க்கத்தின், நரகத்தின் அரியணைகளில் அமரலாம். கிரகங்களை, விண்மீன்களை, உலகங்களை வீழ்த்தலாம். உன்னுடைய போர்க் குதிரையை பவழங்களின், வைரங்களின், வயல்களில் அவிழ்த்துவிடலாம். தேவதைகளின் சிறகுகளைப் பிய்த்து அதனருகே குப்பைக் கூளங்களாக எறியலாம். நேர்மையின் அங்கியால் அதனைப் போர்த்தலாம். சொர்க்கத்தின் விண்மீன்களால் அதன் சேணத்தை நெய்து அலங்கரிக்கலாம். பிறகு நீ அதனை அழித்துவிடுவாய்.

எல்லாவற்றையும் நிர்மூலமாக்கி வெறுமைதவிர வேறெதுவும் இல்லை என்றான பிறகு, உன்னுடைய சவப்பெட்டி நொறுங்கி, உன் அம்புகள் உடைந்ததும், சொர்க்கத்தின் உயரமான குன்றில் இருக்கின்ற கிரீடத்தின் கல்லாகச் சமைந்தபடி, மறதியின் பள்ளத்தாக்கில் உன்னைக் கிடத்துவாய். உன் வீழ்ச்சி பத்து லட்சம் யுகங்களுக்கு நீடித்திருக்கும். ஆனால், இறுதியில் நீ இறப்பாய். ஏனெனில் உலகம் முடிவுக்கு வர வேண்டும். எல்லோரும் இறக்கவேண்டும்; சாத்தானைத்தவிர. கடவுளைவிடவும் நித்தியத் தன்மை! மற்ற உலகங்களில் குழப்பத்தைக் கொண்டுவர நான் வாழ்கிறேன்.

மரணம்

ஆனால் நீ என்னைப்போல உன் முன்னால் இருக்கின்ற நித்தியமான வெறுமையைப் பார்ப்பதில்லை. இறப்பைப்போன்ற இந்தக் குளிர்ச்சியால் நீ பாதிக்கப்படுவதில்லை.

சாத்தான்

இல்லை, கொடுமையான, தளர்ச்சியுற்று இருக்கிற உருகிய எரிமலையின் கீழே நான் நடுங்குகிறேன். சபிக்கப்பட்டவர்களை

எரிக்கிற அதிலிருந்து நானும்கூடத் தப்பிக்க முடியாது. உனக்கு அழிப்பதுமட்டுமேகூடப் போதுமானது ஆனால் நானோ பிறப்பைக் கொண்டு வருகிறேன். சாம்ராஜ்ஜியங்களை இயக்குகிறேன்; நாடுகளின் பல விஷயங்களைப் பரிபாலிக்கிறேன். நான் எல்லா இடத்திலும் இருக்கவேண்டும். விலை உயர்ந்த உலோகங்கள் உருகி வழிவதும், ரத்தினங்கள் ஒளிர்வதும், மக்களின் பெயர்களிலுள்ள புகழும், என்னுடைய ஆணைக்கு இணங்கியே. பெண்களின், கவிஞர்களின், அரசியல்வாதிகளின் காதுகளில் நான் ரகசியமாய், காதலை, பெருமையை, லட்சியத்தைப் பேசுவேன். மெசலினாவோடும், நீரோவுடனும், பாரீசிலும், பாபிலோனாவிலும், அதே தற்கணத்தில் நான் இருப்பேன். ஒரு புதிய தீவு கண்டுபிடிக்கப்படட்டும். நான் அத் தீவுக்குப் பறப்பேன். அதுவரை அங்கு மக்களின் பாதம் படாதிருக்கட்டும். கடலால் சூழப்பட்ட பாறையாக நான் அங்கு இருப்பேன்.

6

அதன் உரிமைக்காகச் சர்ச்சை செய்கிற மக்கள் முன்னேறிப் போகிறார்கள். அதே நேரத்தில் நான் ஒரு விலைமகளின் மஞ்சத்திலும், நறுமணம் ஊட்டப்பட்ட அரசர்களின் படுக்கையிலும் ஓய்வெடுப்பேன். நான் பேசும்போது வெறுப்பும் பகையும், பெருமையும் துயரும், ஒரேசமயத்தில் என்னுடைய உதடுகளிலிருந்து பொழிகிறது. இரவும்பகலுமாக நான் வேலை செய்கிறேன். மக்கள் கூட்டம் கிருத்துவர்களை எரித்துக்கொண்டிருந்தபோது நான் சிற்றின்பக் களியாட்டங்களில் திளைத்து, ரோஜாக்களால் நறுமணம் ஊட்டப்பட்ட நீரில் குளித்தேன். பெருவேகத்தில் ரதங்களில் பயணித்தேன். விரக்தியில் நெகிழ்ந்தேன், புகழைப் பற்றிச் சத்தமாகத் தற்பெருமை அடித்தேன்.

சில சமயங்களில் நான்தான் உலகின் மொத்த உருவம்; நான் பார்த்த யாவுமே உண்மையாக நிகழ்ந்தது; அது மெய்மை; என் இருப்புக்குள் நடந்தது என்றும் நம்பினேன். சில சமயங்களில் களைத்துப்போய், என்னுடைய பகுத்தறியும் திறனை இழந்து, பித்துப்பிடித்த அறிவீனமற்ற செயல்களில் நான் ஈடுபடும்போது, சிறிதும் தகுதியற்ற என் கூட்டாளிகள் என்னைக் கேலி செய்து பரிதாபமும் கொள்வார்கள். எந்த உயிரினமும் என்மீது அக்கறை கொள்வதில்லை. நான் எங்கும் நேசிக்கப்படவில்லை. மகனாக இருக்கக்கூடிய சொர்க்கத்திலும் நான் இல்லை, அரசனாக

இருக்கும் நரகத்திலும் இல்லை. என்னைக் கடவுளாகக் கருதக்கூடிய பூமியிலும் இல்லை.

கட்டுப்படுத்தமுடியாத கொடுஞ்சினம், குருதியோடும் நதி, பித்தேறிய வெறி, இவற்றைத்தவிர நான் எதையும் பார்ப்பதில்லை. என்னுடைய இமைகள் உறக்கத்தில் மூடுவதில்லை, என்னுடைய ஆன்மா ஓய்வுகொள்வதில்லை. நீயாவது குளிர்ந்த பசுமையான கல்லறைகளின்மீது தலைவைத்து ஓய்வெடுக்கலாம். நானோ கண்ணைக் கூசும் அரண்மனைகளில் வசிக்கவேண்டும்; பசித்தவர்களின் சாபங்களைக் கேட்க வேண்டும். சொர்க்கத்திடம் சத்தமாக அழும் குற்றங்களின் துர்நாற்றத்தை நுகர வேண்டும்.

கடவுளே நான் யாரை வெறுக்கிறேனோ அவர்கள்தான் என்னை நிச்சயமாகத் தண்டித்திருக்கிறார்கள். ஆனால் என்னுடைய ஆன்மா, இறைவனின் கோபத்தைவிட உயர்வானது. என்னுடைய ஒரு பெருமூச்சில், மொத்த உலகத்தையும் என்னுடைய மார்புக்குள் இழுக்கமுடியும். அங்கு அது என்னைப் போலவே நித்தியமாக எரியும். இறைவா, உங்களுடைய பறை எப்போது ஒலிக்கும்? பிறகு கடலையும் மலையையும் ஒரு பேரமைதி சூழும். நான் மனிதத்தன்மையால் பாதிக்கப்படவேண்டுமெனில் அவர்களுடைய அழுகையும், தேம்பலும் என்னுடைய குரலை மூழ்கடிக்கவேண்டும்.

(எண்ணிலடங்கா எலும்புக்கூடுகள், மகிழ்ச்சியின், வெற்றியின், கூக்குரலோடு துரிதகதியில் ரதங்களில் பயணித்து முன்னேறிச் செல்கின்றன. பழுத்த, மஞ்சள் இலைகள் தொடர்ந்து காற்றிலும் புழுதியிலும் விழுந்தபடி இருக்கிற, உடைந்த கிளைகளையும் வெற்றிச் சின்னங்களையும் தங்களுடன் இழுத்துச் செல்கின்றன).

அது, நித்திய நகரான ரோமை ஒரு வெற்றி சூழ்வது. முன்பு பீடமாக இருந்த அவளுடைய விளையாட்டு அரங்கமும், ஜூபிடரின் கோயிலும் இப்போது மணலின் இரு துகள்கள். ஆனால் மரணம் தன்னுடைய குறுவாளை வீசிவிட்டது. நினைவுச் சின்னங்கள் வீழ்ந்துவிட்டன. நிறுத்துங்கள்! அவற்றின் தலைவன், பூமியின் ஆகச்சிறந்த கவிஞன், என்னுடைய இதயத்தின் பெருமை, நீரோ வருகிறான்!

(பன்னிரண்டு எலும்புக்கூடு குதிரைகளால் இழுக்கப்பட்ட ரதத்தில் நீரோ முன்னேறிச் செல்கிறான். தன்னுடைய கைகளில் செங்கோலை ஏந்தி எலும்பு துருத்துகிற தன் போர்க் குதிரைகளின்

முதுகில் தட்டுகிறான். நிமிர்ந்து நிற்கிற அவனுடைய சவச் சீலை, கடல் அலையைப்போல அவனுக்குப் பின்னால் மடிப்புகளாகச் சிறகடிக்கிறது. தான் ஏதோ ஒரு குதிரைப் பந்தயத்தில் இருப்பதுபோல அவன் திரும்புகிறான். அவனுடைய கண்கள் தழல் உமிழ அவன் சத்தமாக அழுகிறான்)

நீரோ

விரைவு! விரைவு! இன்னும் வேகமாக, அதாவது, உங்கள் பாதங்கள் சிக்கிமுக்கிக் கற்களை உரசி நெருப்பு மூட்டுவதுவரை, உங்களுடைய நாசித் துவாரங்கள் உங்கள் மார்புகளை நுரையால் நிரப்பும்வரை, துரிதமாக நகருங்கள். என்ன சக்கரங்கள் இன்னும் புகையவில்லையா? ஆஸ்ட்டியாவரை சென்று சேர்ந்துவிட்ட விசிறிகளின் சத்தத்தை, கைதட்டலை, மகிழ்ச்சிக் கூக்குரலைக் கேளுங்கள். மக்கள் எப்படி பாறையின்மீது குங்குமப் பூக்களைப் பொழிகிறார்கள் எனப் பாருங்கள். எப்படி என்னுடைய பாதை ஏற்கனவே நறுமணத் திரவியங்களால் ஈரமாகியுள்ளது என்பதைப் பாருங்கள். என்னுடைய தேர் சுழல்கிறது. நான் தங்கத்தாலான அதன் கடிவாளத்தை உலுக்கும்போது அதன் வேகம் காற்றைவிட அதிகமாக இருக்கிறது. வேகம்! வேகம்! புழுதி மேகங்கள் எழுகின்றன. என் கவசம் தென்றலின்மீது தவழ்கிறது. அது என் காதில் வெற்றி! வெற்றி! எனப் பாடுகிறது. வேகம்! வேகம்! மகிழ்ச்சிக் கூக்குரலைச் செவிமடுத்து அழுந்த ஊன்றுகிற பாதங்களையும் பரிசுக் கூட்டத்தையும் பட்டியலிடுங்கள். சொர்க்கத்திலிருக்கிற வெள்ளி நட்சத்திரம்கூட நம்மைக் குனிந்து பார்க்கிறது. ஆம். வேகமாக, இன்னும் வேகமாக.

(நீரோவின் ரதம் இப்போது பேய்களால் இழுக்கப்படுவதாகத் தெரிகிறது. புழுதியாலான ஒரு கருமேகமும், புகையும் அவனைச் சூழ்கிறது. அவனுடைய வேகமான பயணத்தில் அவன் கல்லறைகளின்மீது மோதுகிறான். மீள எழுப்பப்பட்ட பிணங்கள் அவனுடைய ரதத்தின் சக்கரத்தில் நசுக்கப்படுகின்றன. அந்த ரதம் இப்போது திரும்புகிறது முன்னேறி வந்து, பிறகு நின்றுவிட்டது.)

நீரோ

இப்போது என் மனைவியரில் அறுநூறு பேர் என்முன் கிரேக்க நடனத்தை மௌனமாக ஆடிக்கொண்டிருக்க, அணிகலன்கள் செய்யப் பயன்படும் வெண்மையும் சிவப்பும்

கலந்த பாறையொன்றில் நான் ரோஜாக்களுடன் நீராடுகிறேன். வசீகரமான பரிணாம வளர்ச்சியின் காரணமாக உருவாகும் பளிங்கின் வடிவம்போலத் தங்களுக்குள் பின்னப்பட்ட கரங்களை, நான் எல்லாப் பக்கங்களிலும் பார்க்கும்படி அசைத்து, உயர்ந்த நாணல்கள், மோகம்கொண்ட குளத்தை நோக்கிக் குனிவதைப் போல அவர்கள் என்னை வட்டமிடட்டும். எவள் என்னை ஆரத் தழுவுகிறாளோ, எவளுடைய இதயம் என்னுடைய இதயத்துக்குக் கீழே துடிக்கிறதோ, எவள் தன் அலைபாயும் கூந்தலில் என்னைச் சிக்க வைக்கிறாளோ, என்னை நோக்கி எவள் இன்பமாகப் புன்னகைக்கிறாளோ, மிகுந்த கதகதப்புடன் என்னைத் தன் பிடிக்குள் இருத்துகிறாளோ, காதல் பாடல்களால் என் மனதுக்கு ஆறுதல் தருகிறாளோ, பேரானந்தத்தின் உச்சியில் என்னைத் துயில் எழுப்புகிறாளோ அவளுக்கு நான் ராஜ்ஜியத்தை, கடலை, ஆட்சிக் குழுவை, ஒலிம்பஸ் மலையை, ஜூபிடர் தெய்வத்தின் கோயிலை அளிப்பேன். தொல்லைகள் அற்ற கண்ணாடியாலான நிலவைப் பார்ப்பதும் அதன்மீது மிதக்கும் பெண்களின் குரலைக் கேட்பதும் என்னுடைய விருப்பமாக இருப்பதால் ரோம், இன்றிரவு அசைவற்று இருக்கும்; எந்த மரக்கலமும் கைபரின் கடலை நெருங்காது. அவ்வாறே ஆகட்டும்.

7

நறுமணம் ஊட்டப்பட்ட தென்றல் என்னுடைய எல்லா ஆடைகளையும் கடந்து செல்கிறது. ஆ! சிற்றின்ப போதையால் நான் இறந்துவிடுவேன். பிறகு நான்மட்டுமே ருசிக்கக்கூடிய சில அரியவகை மாமிசத்தை நான் உண்ணும்போது, யாராவது சிலர் பாடவும், மெல்லிய ஆடை அணிந்த அழகிகள், பொன்னாலான தட்டுகளில் இருந்து எனக்கு உணவு அளிக்கவும், நான் ஓய்வெடுப்பதைக் கூர்ந்து நோக்கவும் வேண்டும். ஒரு அடிமை அவள் சகோதரியின் கழுத்தை வெட்டவேண்டும். ஏனெனில் அது எனக்கு இன்பம் தருவது - கடவுள்களுக்குப் பிடித்தமானது- குருதியின் வாசனையை உணவுடன் கலப்பது, பலியானவர்களின் அழுகுரல் என்னுடைய நரம்புகளை ஆற்றுப்படுத்துகிறது.

இன்று இரவு, நான் ரோமை எரித்துவிடுவேன். அதன் தழல் சொர்க்கத்தை ஒளியேற்றும். டைபர், நெருப்பு அலைகளில் புரளும். இதற்காக, இத்தாலியக் கடலின்மீது மரத்தால் செய்யப்பட்ட

ஒரு மேடையை நான் அமைப்பேன். ரோமானிய மக்கள் என்னுடைய புகழைத் துதித்தபடி அங்கு கூடுவார்கள். அதனுடைய திரைச்சீலைகள் ஊதா நிறத்தில் இருக்கும். அதன்மீது கழுகுகளின் இறகுகளால் செய்யப்பட்ட மஞ்சம் ஒன்றை உருவாக்குவேன். அனைத்து உலகங்களும் இறைவனின் சாதனைகளுக்காகக் கைகளைத் தட்ட, நான் அதில் அமர்ந்திருப்பேன். ராஜ்ஜியத்தின் மிக அழகிய பெண்கள் என்னருகே அமர்ந்திருப்பார்கள். என்னுடைய பாதங்களுக்குக் கீழ் சூறாவளியின் கர்ஜனை எப்போதும் அணைந்துவிடும். இசையொலி, அலைகளின் ஆரவாரத்தைக் கடந்து நிற்கும்.

★

நீ என்ன சொன்னாய்? வீரர்கள் புரட்சி செய்வர். படையணிப் பிரிவுகள் கலைந்துவிடும், என் மனைவியர் அச்சத்தில் ஓடுவர் என்றா? மௌனமும் கண்ணீரும் மட்டுமே எஞ்சியிருக்கிறது. நான் இடியோசையை மட்டுமே கேட்கிறேன். நான் இப்போது இறந்தாகவேண்டுமா?

மரணம்

உடனடியாக!

நீரோ

நான் என்னுடைய விருந்து தினங்களை, மகிழ்ச்சியை, கண்ணாடியை, என் வெற்றிகளை, என் ரதங்களை, மக்களின் கைதட்டல்களைக் கைவிடவேண்டுமா?

மரணம்

எல்லாம்! எல்லாம்!

சாத்தான்

அவசரம்! உலகத்தின் எஜமானனே! உன்னைக் குறுவாளுக்குத் தருகிற அது வருகிறது. ஒரு சக்கரவர்த்திக்குத் தெரியும் எப்படி இறப்பது என்று.

9

இறந்து போ! எனக்கு வாழ்வில் பற்றாக்குறை உள்ளது. ஓ! நான் எவ்வளவு சாதனைகளைச் செய்யவேண்டும்! ஒலிம்பஸ் மலையை நடுங்கச் செய்யும் செயல்களைச் செய்யவேண்டும்.

கடலின் பெரும் ஆரவாரமான படுக்கையை நிறைத்து வெற்றி ரதத்தில் பெருவேகத்துடன் நான் அதைக் கடப்பேன். மறுபடி ஒருமுறை சூரியனை, கைபரை, காம்பாக்னாவை, பொன்னாலான மணல் துகள்களின்மீது நிகழும் சர்க்கஸைப் பார்ப்பேன். என்னை வாழவிடுங்கள்.

மரணம்

கல்லறைக்கு ஒரு கவசத்தையும் அரசனின் ஊர்தியைவிட மென்மையும் அமைதியும் நிறைந்த ஒரு படுக்கையையும் நான் உனக்குத் தருவேன்.

நீரோ

ஆனால், நான் இறக்கத் தயங்குகிறேன்.

மரணம்

அப்படியானால் இறந்து போ!

(தனக்கு அருகில் நிலத்தில் கிடந்த சவச் சீலையை எடுத்தான். அது நீரோவைத் தாங்கி தன் மடிப்புகளுள் அடக்கிக்கொண்டது.)

குஸ்டாவ் ஃப்ளூபர்ட் (1821-1880)

ஃபிரெஞ்சு நாவலாசிரியரான குஸ்டாவ் ஃப்ளூபர்ட் இலக்கிய யதார்த்தவாதத்தின் முன்னணிப் பிரதிநிதியாகக் கருதப்படுகிறார். அவரது தலைசிறந்த படைப்பான 'மேடம் போவாரி' மூலம் முதலாளித்துவ வாழ்க்கையின் யதார்த்தமான சித்தரிப்புக்காக அவர் மிகவும் பிரபலமடைந்தார். 'சலாம்போ' 'சென்டிமென்டல் எஜுகேஷன்', 'தி டெம்ப்டேஷன் ஆஃப் செயிண்ட் ஆண்டனி', 'த்ரீ டேல்ஸ்' ஆகியன அவரது மற்ற முக்கியப் படைப்புகள்.

ஒரு குடும்பத்தின் வீழ்ச்சி

எட்கர் ஆலன் போ

1

ஆண்டின் இருண்ட, ஒலியற்ற ஒருநாளின் இறுதிப் பொழுது; மேகங்கள் சொர்க்கத்தின் நுனியில் தவழ்ந்துகொண்டிருந்தன. மிகக் குறைந்த ஜீவனும் அழகும் கொண்ட நகரைப் பகல் முழுதும் குதிரையில் அமர்ந்தபடி சவாரி செய்த பின் உஷரின் இந்த வீட்டை அந்தியில்தான் கண்டடைய முடிந்தது.

அது எப்படி இருந்தது என்று சரியாகச் சொல்லத் தெரியவில்லை. ஆனால், முதல் பார்வையிலேயே அது என் ஆன்மாவைத் துயரத்தால் நிறைத்தது. அந்த வீடு, அதைச் சுற்றியுள்ள நிலம், குளுமை பரவிய கட்டடச் சுவர்கள், விழிகளின் வடிவத்திலிருந்த வெறுமையான சாளரங்கள், உயிரற்ற சில மரங்கள் என என் கண் முன்னே அந்த வீட்டைப் பற்றிய காட்சி விரிகிறது. மண்ணுலகத் தொடர்பு சிறிதும் இல்லாததான ஓர் உணர்வை ஏந்தி முற்றும் துயரடைந்த என் ஆன்மாவுடன் அந்த வீட்டைப் பார்க்கிறேன். சில்லிட்டு நோய்மையுற்று இருக்கிற என் இதயத்தின் கனத்தை எதைக்கொண்டு குறைப்பதெனத் தெரியவில்லை. உஷரின் அந்த வீட்டின் காட்சி ஏன் என்னை இவ்வளவு அச்சமூட்டுகிறது? எது என்னை இப்படிப் பயப்பட வைக்கிறது என என்னை நானே

கேட்டுக்கொள்கிறேன். இந்தக் கேள்விக்கான பதிலை என்னால் அறிய முடியவில்லை.

வீட்டின் பின்புறம் அமைதியில் உறைந்திருந்த கறுத்த குளத்தினருகே என் குதிரையை நிறுத்தினேன். அந்தக் குளத்து நீரில் உயிரற்ற மரங்களும், விழி வடிவ வெறுமையான சாளரங்களும், அந்த வீடும் பிரதிபலிப்பதைப் பார்த்தேன். துயரமும் இருளும் நிறைந்த இந்த வீட்டில் நான் பல வாரங்களைக் கழிக்கவேண்டும் என்பதை நினைத்துப் பார்த்தேன். அந்த வீட்டின் எஜமானன் ரோடரிக் உஷர். நாங்கள் சிறுவர்களாக இருந்த காலந்தொட்டே நண்பர்கள். ஆனாலும் நாங்கள் சந்தித்துப் பல வருடங்களாகிவிட்டிருந்தன. அவனிடமிருந்து எனக்கொரு கடிதம் வந்தது. அதற்கான என்னுடைய பதில் என் வருகையாயிருக்கவேண்டும் எனக் குறிப்பிடப்பட்டிருந்தது. தன் நோயை, மன நலமின்மையை, தனக்கிருக்கும் சிறந்த ஒரே நண்பனாகிய என்னைச் சந்திப்பதற்கான ஆசையை அதில் எழுதியிருந்தான். அது சொல்லப்பட்ட விதமும் அதிலிருந்த ஜீவனும் என்னை மறுத்துப் பேச விடவில்லை.

சிறுவயதில் நாங்கள் ஒன்றாக இருந்தபோதும் என் நண்பனைப் பற்றி எனக்கு அதிகம் தெரிந்திருக்கவில்லை. அவனுடைய குடும்பத்தினர் கலைகளில் நுண் பார்வை கொண்டவர்கள். அத்துடன் ஏழைகளுக்கு உதவுபவர்களாகவும் இருந்ததால் புகழ்பெற்று விளங்கினர் என்பதுமட்டுமே எனக்குத் தெரியும். நிறைய கிளைகள் கொண்ட பெரிய குடும்பமாக அது இல்லை என்றும் நான் அறிந்திருந்தேன். குடும்பப் பெயர் எப்போதும் தந்தையிடமிருந்து மகனுக்கு வந்தபடி இருந்தது. உஷரின் வீடு என்று சொல்லும்போதெல்லாம் மக்கள் அக் குடும்பத்தினரையும் அந்த வீட்டையும் இணைத்தே குறிப்பிட்டனர்.

ஏரி நீரில் தெரியும் வீட்டின் பிம்பத்தை இப்போது மறுபடி பார்க்கிறேன். என் சிந்தனையில் ஒரு வினோதமான யோசனை வளர ஆரம்பிக்கிறது. அது எவ்வளவு வினோதமானது என்றால் அது என் மீது சுமத்துகின்ற உணர்வுகளின் அழுத்தம் தாளமுடியாத அளவுக்கு. அந்த வீட்டையும் அதைச் சுற்றியுள்ள நிலத்திலும் வீசும் காற்று வேறு மாதிரியாக இருப்பதாக நான் நிச்சயமாக நம்பினேன். அது சொர்க்கத்திலிருந்து வரும் காற்று இல்லை. இறந்துபோன அழுகிய மரங்களிலிருந்தும், சாம்பல் நிறச் சுவர்களிலிருந்தும், அமைதியான ஏரியிலிருந்தும் எழுகிற காற்று.

மெதுவாக நகர்கிற சாம்பல் நிறத்துடைய அந்தக் கனத்த காற்று ஆரோக்கியமற்ற நோய்மையுற்ற ஒன்றாக இருப்பதை என்னால் பார்க்கமுடிந்தது. கனவாக இருக்க வாய்ப்புள்ள ஒன்றிலிருந்து என்னுடைய ஆன்மாவை இறுக்கியபடி அந்தக் கட்டடத்தை இன்னும் கவனமாகப் பார்த்தபோது, கவனிக்கப்பட வேண்டிய விஷயமாக இருந்தது அதனுடைய வாழ்நாள் தான். அதன் எந்தச் சுவரும் இன்னும் விழுந்துவிடவில்லை என்றாலும் கற்கள்மட்டும் பழுதடைந்த நிலையில் காணப்பட்டன. கட்டடத்தின் முன் பக்கத்திலிருந்து தோன்றும் விரிசலான இடைவெளிச் சுவர் உச்சியில் தொடங்கி இறுதிவரை நீண்டு, பிறகு ஏரியின் கருத்த நீரில் மறைந்துபோவது, கவனமாகப் பார்வைக்கு நிச்சயம் தப்பாது.

2

நான் சிறுவயதில் அறிந்திருந்த ரோடரிக் உஷர் இப்போது உடல்நலம் குன்றியிருப்பதால் தன்னைச் சந்தித்து உதவுமாறு என்னை அழைத்திருந்தான். நான் அங்கு சென்று சேர்ந்தபோது கல்லால் கட்டப்பட்ட புராதனமான அந்தப் பெரிய வீடும், அந்த வீட்டின் முன் இருந்த ஏரியும் விசித்திரமானவையாகவும் அச்சம் தருபவையாகவும் இருந்தன. இன்னும் சொல்லப்போனால் உஷரும் கூட அப்படித்தான் காணப்பட்டான். அவன் தோற்றம் ஓர் இயல்பான மனிதனைப் போலில்லாமல் சுடுகாட்டில் இருந்து எழுந்து வந்த ஒரு ஆவியைப் போல இருந்தது. தனக்கிருந்த நோயால் நிச்சயமாக, "நான் இறந்துவிடுவேன்" என்றவன், தன்னுடைய நோயின் பெயர் 'அச்சம்' என்றும் குறிப்பிட்டான். "என்னுடைய அச்சம் இப்போது என்ன நடக்கிறது என்பதைப் பற்றியல்ல; எதிர்காலத்தில் என்ன நடக்கப்போகிறது என்பதைப் பற்றியே. எனக்கு வலியைப் பற்றிய அச்சமில்லை; அதன் விளைவுகளைப் பற்றிதான் - பயத்தைப் பற்றி மட்டுமே. அந்த பயங்கரமான அச்சம் என்கிற எதிரியுடனான கடைசி யுத்தத்தில் என்னுடைய உயிரை, மனதை என் ஆன்மாவை ஒட்டுமொத்தமாக நான் இழக்கிற காலம் விரைவில் வந்துவிடும் என்பதை உணர்கிறேன்" என்றான்.

தொடர்ச்சியோ நிச்சயமோ அற்ற ஆனால் அர்த்தம் நிறைந்த சொற்களின் மூலமாக உஷரின் மனநிலையைப் பற்றிய

மற்றொரு விசித்திரமான உண்மையையும் நான் மெதுவாக அறிந்துகொண்டேன். அவனுக்கு அவன் வாழ்ந்த வீட்டைப் பற்றி மிகுந்த அச்சம் இருந்தது. பல வருடங்களாக அந்த வீட்டை விட்டு வெளியே போகவேயில்லை. அந்த வீடு, அதன் சாம்பல் நிறச் சுவர்கள், வீட்டைச் சுற்றியுள்ள அமைதி, உறைந்துபோயிருந்த அந்த ஏரி இவையெல்லாம் பல வருடங்களாகத் தன்னுடைய ஆன்மாவின் மீது ஒரு வலுவான கட்டுப்பாட்டைச் செலுத்துவதாக அவன் உணர்ந்தான்.

தன்னைச் சூழ்ந்திருக்கும் பெருத்த சோகத்துக்கான முக்கியக் காரணம், வெளிப்படையாகத் தெரியாத ஒரு காரணம், பல வருடங்களாகத் தனக்கான ஒரே துணையாகவும் நோய்வாய்ப்பட்டும் இருக்கின்ற தனக்கு நெருக்கமானவளும் அன்பு மிகுந்தவளுமான தன்னுடைய சகோதரியை நோக்கி வந்துகொண்டிருக்கிற மரணம்தான் என்றான். இக் குடும்பத்தின் மிச்சமிருக்கிற ஒரே உறுப்பினர் அவள்தான். "அவள் இறக்கிற போது" என்று அவன் சொன்னதும் எனக்கு ஏற்பட்ட துயரத்தை எப்போதும் மறக்கமுடியாது. "அவள் இறக்கிறபோது இந்தப் பழம்பெரும் குடும்பத்தின் கடைசி ஆளாக, இந்த உஷர் வீட்டின் கடைசி ஆளாக நான்மட்டுமே இருப்பேன்" என்றான்.

அவன் பேசிக்கொண்டிருக்கையில் மேடலின் என்று அழைக்கப்பட்ட அவன் சகோதரி அந்த அறையின் நீண்ட மூலையைக் கடந்து சென்றாள். நான் அதை முதலில் கவனிக்காமல் அமர்ந்திருந்தேன். பிறகு பெரும் வியப்புடனும் அச்சத்துடனும் அவளை நான் பார்த்தேன். ஆயினும் என்னால் அந்த உணர்வுகளை முழுமையாக விளக்கிச் சொல்ல முடியவில்லை. என் கண்கள் அவளைத் தொடர்ந்தன. அவள் கதவருகே வந்து அதை மூடிவிட்டுச் சென்றபோது, என் கண்கள் அவளுடைய சகோதரனுடைய முகத்தை நோக்கித் திரும்பின. ஆனால், அவன் தன்னுடைய முகத்தைத் தன் கைகளில் ஏந்தியபடி இருந்தான். மெல்லிய விரல்களின் இடையே அவன் கண்ணீர் முன்னெப்போதையும்விட வெண்ணிறமாக வழிவதைத்தான் என்னால் அப்போது பார்க்கமுடிந்தது.

மேடலினின் நோய் மருத்துவர்களால் குணப்படுத்த முடியாததாக இருந்தது. அவள் எதைப்பற்றியும் கவலைப்படவில்லை. அவளுடைய உடல் நாளுக்கு நாள் மெலிந்து வலுக் குறைந்தபடி

இருந்தது. மரணமொத்த ஒரு துயிலுக்குள் அவள் அடிக்கடி ஆழ்ந்து கிடந்தாள். படுக்கையில் கிடக்குமாறு இதுவரை அவள் வற்புறுத்தப்படவில்லை. ஆனால், அவளை அழிக்க முயல்பவரின் ஆற்றல் அந்த வீட்டுக்குள் நான் நுழைந்த அந்த மாலை நேரத்தின்போது மிக அதிகமாக இருந்ததாக உஷர் அன்று இரவு என்னிடம் சொன்னான்.

தொடர்ந்து வந்த பல நாட்களில் அவளுடைய பெயர் எங்கள் இருவராலும் உச்சரிக்கப்படவில்லை. இந்தக் காலகட்டத்தில் என்னுடைய நண்பனை அவனுடைய சோகத்தில் இருந்தும் விரக்தியில் இருந்தும் மீட்டெடுக்கும் முயற்சியில் நான் ஈடுபட்டிருந்தேன். நாங்கள் இருவரும் ஒன்றாக ஓவியங்கள் வரைந்தோம்; சில சமயங்களில் ஏதோ கனவில் இருப்பதைப் போல அவன் வாசித்த இசையில் மூழ்கினோம். இப்படியாக எங்களுக்குள் ஓர் இதமான அன்பு நிறைந்த நட்பு வளர ஆரம்பித்தது. இருளை மட்டுமே சுரந்து உலகின் எல்லாப் பொருட்களுக்கும் முடிவற்ற துயரத்தைப் பரப்புகிற ஒரு மனதுக்கு மகிழ்ச்சியைக் கொண்டு வர முயற்சிக்கும்போது அதில் உள்ள ஒருவிதம் பயனற்ற தன்மையை நான் அப்போது தெளிவாக உணர்ந்தேன்.

உஷருடன் நான் செலவிட்ட மணித்துளிகளை நான் எப்போதும் நினைவில் வைத்திருப்பேன். ஆனால் நாங்கள் இருவரும் செய்த விஷயங்களின் உண்மையான இயல்பைப் பற்றிய தகவல்களைத் தருவதில் என் முயற்சி தோல்வியையே தரும். அந்த வீட்டில் இருந்த எல்லாப் பொருட்களின்மீதும் ஒரு விசித்திரமான ஒளி பரவி இருந்தது ஏனென்று எனக்குத் தெரியவில்லை. ஆனால் அவன் வரைந்த ஓவியங்கள் என்னை நடுக்கமுறச் செய்தன. அவற்றைப் பற்றிப் பேசுவது எழுதப்படக்கூடிய சொற்களின் திறனுக்கு அப்பாற்பட்டது. ஓர் எண்ணத்தை ஒரு மனிதனால் வரைய முடியும் என்றால் அந்த மனிதனின் பெயர் ரோடரிக் உஷராகத்தானிருக்க முடியும். அந்த ஓவியங்களில் இருந்து அச்சமும் வியப்பும் பீறிட்டன.

அந்த ஓவியங்களில் ஒன்றைக் குறித்துச் சொல்லலாம் என்று நினைக்கிறேன். ஆனால் பலவீனமான சொற்களால் மட்டுமே அதைச் சொல்ல இயலும். அது இறந்தவர்களை வைக்கக்கூடிய பிணவறையின் உட்புற வடிவத்தை, வெண்ணிறத்தாலான காலியான குட்டைச் சுவர்களைக் காட்டியது. பூமியின் மிக

ஆழத்தில் அது இருப்பதாக எனக்குத் தோன்றியது. அந்த ஓவியத்தில் கதவுகளோ சாளரங்களோ ஒளியோ நெருப்போ எதுவுமில்லை. ஆனால், ஒளியின் நதி கோரமான பிரகாசத்துடன் அதனூடாகப் பாய்ந்து அதை நிறைத்தது.

உஷர் கேட்கும் அத்தனை வகையான இசையையும் அவனுடைய வலியை அதிகப்படுத்துவதாக மாற்றிய அவன் புலன்களில் இருந்த நோய்த் தன்மையைப் பற்றி நான் முன்பே சொல்லியிருந்தேன். மகிழ்வுடன் அவன் கேட்கக்கூடிய இசைக் குறிப்புகள் வெகு குறைவு. அவன் வாசித்த இசை மற்ற எல்லாவிதமான இசையைவிட வித்தியாசமாக இருந்ததற்கு ஒருவேளை இதுதான் காரணமாக இருக்கும். ஆனால், அவனுடைய இசையின் அழுத்தமான அழகைப் பற்றி என்னால் விளக்கமுடியாது. என்னால் சுலபமாக நினைவுகொள்ளக் கூடியது அவனுடைய பாடல்களில் இருந்த ஒரு சொல்லான "பேய் பிடித்த மாளிகை" என்பதுதான். தன்னுடைய மனம் பலவீனம் அடைந்து வருவதை அவன் அறிந்தே இருக்கிறான் என்பதை நான் அப்போது முதல் முறையாகப் பார்த்தேன் என்றும் நினைத்தேன். அந்தப் பாடல், 'ஒரு பெரிய வீட்டில் அதாவது மாளிகையில் ஒரு அரசன் வசித்தார் என்றும், அந்தப் பசுமையான பள்ளத்தாக்கில் எல்லாமே ஒளியும், நிறமுமாக, அழகானதாக இருந்ததாகவும் காற்றுகூட மணமுள்ளதாக இருந்ததாகவும்' சொன்னது. அந்த மாளிகையில் இரண்டு ஒளிபொருந்திய சாளரங்கள் இருந்தன. அவற்றினூடாக வந்த இசையை மகிழ்ச்சியான பள்ளத்தாக்கில் வாழ்ந்த மக்கள் கேட்டதுடன், புன்னகையுடன் அரசரைச் சுற்றி நகர்ந்தபடி இருக்கிற பூதங்களையும் கண்டார்கள். அந்த மாளிகையின் கதவு விலை உயர்ந்த சிவப்பு வெள்ளையால் ஆன பொருட்களால் செய்யப்பட்டிருந்தது. அதனூடாக உள் நுழையும் சில ஆவிகளின் ஒரே பணி தங்களுடைய இனிமையான குரலால் அரசர் எவ்வளவு அறிவானவர் என்பதைப் பாடுவதே.

ஆனால் ஒரு பெரிய மாற்றம் நிகழ்ந்தது. பாடல் தொடர்ந்து ஒலித்தது. ஆனால் இப்போது பள்ளத்தாக்கில் நுழைபவர்கள் சாளரங்களின் வழியாக ஒரு சிவப்பு நிற ஒளியைப் பார்க்கிறார்கள். அந்த ஒளி குழப்பமான இசைக்கு நடனமாடுகிறது. கதவுகளின் வழியே நிறமற்ற பயங்கரமான பூதங்களின் நதி தெரிகிறது. அவை லேசாகப் புன்னகைக்காமல் எப்போதும் இளித்தபடியே வெளியேறுகின்றன.

இந்தப் பாடல் குறித்த எங்களின் பேச்சு வேறு ஒரு விசித்திரமான எண்ணத்தை உஷரின் சிந்தைக்குள் கொண்டு வந்தது. அவன் தாவரங்களால் உணரவும் சிந்திக்கவும் முடியும் என்று நம்பினான். தாவரங்கள் மட்டுமல்லாது கற்களும் தண்ணீரும் கூட அத்தகைய திறமுள்ளவை என்று நம்பினான். தன்னுடைய வீட்டின் சாம்பல் நிறக் கற்கள், சிறிய அந்தக் கற்களின் மீது வளர்கிற தாவரங்கள், இறந்துகொண்டிருக்கிற மரங்கள் ஆகிய யாவும் தன் மீது ஆதிக்கம் செலுத்துவதாகவும் அவன் இன்றைக்கு இருக்கின்ற நிலைக்கு அவையே தன்னை ஆளாக்கியதாகவும் நம்பினான்.

பல காலமாக அவன் வாசித்து வந்த நூல்கள் எல்லாமே நோயுற்ற ஒரு மனிதனின் ஆக்ரோஷ இயல்போடு இருந்திருக்கும் என்றும் தீர்மானமாக எனக்குத் தோன்றியது. உஷர் அவற்றில் சிலவற்றைப் பல மணி நேரங்கள் தொடர்ந்து வாசித்திருக்கிறான். மறந்துபோன ஒரு தேவாலயத்தைப் பற்றி எழுதப்பட்ட மிகப் பழைய நூலான 'இறந்தவர்களின் மீதான பார்வை' என்கின்ற நூலைப் படிப்பதில் தான் அவனுடைய மனம் தீவிர மகிழ்ச்சி அடைந்தது.

ஒருநாள் மாலை, "மேடலின் உயிருடன் இல்லை" என்று சொன்னவன், அவளுடைய உடலை அந்தக் கட்டடத்தின் சுவர்களில் உள்ள பெட்டகங்களில் ஒன்றில் சில காலம் வைக்கப் போவதாகச் சொன்னான். அவளுடைய நோயின் தன்மை, விந்தையுடனும் ஆர்வத்துடனும் மருத்துவர்கள் எழுப்பக்கூடிய கேள்விகள் மட்டுமின்றி, அவனுடைய மற்ற குடும்ப உறுப்பினர்கள் அனைவரும் கிடத்தப்பட்டுள்ள இடுகாடு அவ் வீட்டிலிருந்து தொலைவில் இருப்பது இருப்பதாலேயேதான் இதைச் செய்ய முடிவெடுத்ததாக அவன் சொன்னான். இக் காரணங்கள் நான் ஏற்றுக்கொள்ளக்கூடியவையாக இருந்ததை உணர்ந்தேன்.

நாங்களிருவரும் அவளுடைய உடலை அந்த வீட்டின் ஓய்வறைக்குக் கொண்டுசென்று, மிகவும் சிறியதாகவும் இருளடைந்தும் காணப்பட்ட ஒரு பெட்டகத்தில் அதை வைத்தோம். கடந்த காலத்தில் வினோதமான, குருதி வழிகிற காட்சிகளை அது கண்டிருக்கவேண்டும். அது அந்தக் கட்டடத்தின் வெகு ஆழமான ஒரு பகுதியில் இருந்தது. முன்பு நானே அங்கு தூங்கியிருக்கிறேன். அதன் கதவு இரும்பால் செய்யப்பட்டு வலிமையுடையதாக இருந்ததால் திறந்து மூடும்போதெல்லாம் மிகப் பலமான ஓர்

ஓசையை எழுப்பியது. மேடலினின் உடலை அந்தப் பயங்கரமான அறைக்குள் வைத்தபோது முதல்முறையாக அண்ணனுக்கும் தங்கைக்கும் இருந்த மிகப் பெரிய ஒற்றுமையை நான் பார்த்தேன். உஷர் தாங்கள் இரட்டையர் என்றும் இருவரும் ஒரே நாளில் பிறந்ததாகவும் அதனாலேயே அவர்கள் இருவருக்கும் இடையே சிறந்த புரிதலும் மிகப் பலமான பிணைப்பும் இருந்ததாகவும் சொன்னான். அவளுடைய முகத்தை இறுதியாக ஒருமுறை நாங்கள் பார்த்தோம். நான் வியப்பால் நிறைந்தேன். மேடலின் அங்கு படுத்துக் கிடந்தது இறந்ததைப்போல் அல்லாமல் தூங்குவதைப் போல இருந்தது. இறப்புக்குப் பிறகும் பார்ப்பதற்கு மென்மையாகவும் இதமாகவும் இருந்தாள். எங்களைச் சுற்றி இருந்த கற்கள் மட்டுமே சில்லிட்டுக் கிடந்தன.

3

ரோடரிக் உஷர் என்கிற என் நண்பனை, மரணம் காற்றில் ஊசலாடுவது போன்ற உணர்வைத் தருகிற, கற்களால் ஆன அவனுடைய பழைய வீட்டில், அதாவது அவனுடைய மாளிகையில் நான் சந்தித்தேன். அவனுடைய மனதையும் இதயத்தையும் பயம் எப்படி அழுத்திக்கொண்டிருந்தது என்பதைக் கண்டேன். அவனுடைய ஒரே சகோதரி மேடலினுடைய உடலைக் குளிர்ந்தும் இருண்டும் அச்சமூட்டும்படியும் இருந்த ஒரு பெட்டகத்தில் நாங்கள் வைத்தோம். நான் அவளுடைய முகத்தைப் பார்த்தபோது அவர்கள் இருவருக்கும் இடையேயான மிகப் பலமான ஓர் ஒற்றுமையைக் கண்டேன். "நிச்சயமாக! ஏனெனில் நாங்கள் ஒரே நாளில் பிறந்தோம்; எங்களுக்கு இடையேயான பிடிப்பு மிக உறுதியானது" என்றான் உஷர். அச்சமும் வியப்பும் எங்கள் இதயத்தைச் சூழ்ந்ததால் எங்களால் அவளை நீண்ட நேரம் பார்க்க முடியவில்லை. அவளுடைய உதடுகளில் இன்னும் சிறிது நேரம் நீடிக்கக்கூடிய புன்னகை இருந்தது. நாங்கள் அந்த இரும்புக் கதவை மூடிவிட்டுவந்து பெட்டகத்தைவிட அதிக சோகம் சூழ்ந்திருந்த அறைகளுக்குத் திரும்பினோம்.

இப்போது என்னுடைய நண்பனின் நோயுற்ற மனதில் ஒரு மாற்றம் வந்தது. அவன் வேக வேகமாக அடியெடுத்து வைத்தபடி ஒவ்வொரு அறையாகச் சென்றான். அவனுடைய முகம் முன்பைவிட

மேலும் வெளிறிப்போய் பயங்கரமாக ஆனது. அவன் கண்களில் இருந்த ஒளியைக் காணவில்லை. அவன் குரலில் இருந்த நடுக்கம் மிகப் பெரிய அச்சத்தைக் காட்டியது. சில சமயங்களில் நான் கேட்க இயலாத ஏதோ ஓர் ஓசையைத் தான் கேட்பது போன்ற பாவனையில் வெறுமையைப் பார்த்தவாறு பல மணிநேரங்கள் அவன் அமர்ந்திருந்தான். நிச்சயமாக அவனுடைய நிலை என் மீது மெல்ல ஆதிக்கம் செலுத்தத் தொடங்குவதாக நான் உணர்ந்தேன். அவனுடைய ஆவேசமான எண்ணங்கள் என்னுடைய மனதில் நிலைகொள்வதை நான் உணர்ந்தேன்.

மேடலினை அந்தப் பெட்டகத்தில் வைத்ததற்குப் பின் வந்த ஏழாவது அல்லது எட்டாவது நாளின் இரவில் படுக்கைக்குச் செல்லும்போது அந்த உணர்வுகளின் முழு வலிமையை நான் உணர்ந்தேன். மணித்துளிகள் கடந்துகொண்டிருந்தன; உறக்கம் வரவில்லை. என்னுடைய மனம் தளர்வடைவதை எதிர்த்துப் போராடியது. நான் இவ்வாறு நினைப்பதற்குக் காரணம் சோகம் சூழ்ந்த அந்த அறையும், கருத்த சுவர் ஓவியங்கள் காற்றில் மேலெழுந்து சுவர்களின் மீது அசைவதும்தான் என்று நம்ப விரும்பினேன். ஆனால் என்னுடைய முயற்சிகள் வீணாகின. என்னால் கட்டுப்படுத்த முடியாத ஒரு நடுக்கம் என்னுடைய உடலில் நிறைந்தது. காரணமற்ற ஓர் அச்சம் என் இதயத்தைப் பீடித்தது. புயலின்போது அமைதியுற்று இருந்த சில மெல்லிய சப்தங்களைக் கேட்பதற்காக என்னுடைய அறையின் இருட்டைப் பார்த்தபடி என்னையறியாமல் நான் எழுந்து உட்கார்ந்தேன். ஒரு பயங்கரமான உணர்வு அழுத்தத்துடன் என் மீது படர்ந்தது. நான் உடை அணிந்துகொண்டு பதட்டத்துடன் அறையைச் சுற்றி நடக்க ஆரம்பித்தேன்.

அவ்வாறு நான் நடந்துகொண்டிருந்த சிறிது நேரத்தில் ஒரு மெல்லிய காலடியோசை என் அறையை நோக்கி வந்தது. அது உஷரின் காலடிச் சத்தம் என்று நான் அறிந்திருந்தேன். ஒரு வினாடியில் வழக்கம்போல வெளிறிய முகத்துடன் இருந்த அவனைப் பார்த்தேன். அவன் கண்களில் ஒரு ஆவேசச் சிரிப்பு இருந்தது. ஆனாலும் அவனுடைய துணை எனக்கு மகிழ்ச்சியைத் தந்தது. "நீ இதைப் பார்க்கவில்லையா?" என்று கேட்டான். வேகமாக என்னை ஒரு சாளரத்துக்கு அருகே அழைத்துச் சென்று அதைத் திறந்தான். புயல்.

உள்நுழைந்த காற்றின் வேகம் எங்களிருவரையும் கிட்டத்தட்ட மேலே தூக்கியது. அது நிச்சயமாக ஒரு புயல் நிறைந்த அழகிய இரவு. ஆனால் அது ஆவேசமும் விசித்திரமுமாக இருந்தது. கீழே தொங்கியபடி வீட்டை அழுத்திக்கொண்டிருப்பதுபோல் தோன்றிய மேகங்கள் தொலைவுக்குச் செல்லாமல் எல்லா திசைகளிலிருந்தும் ஒன்றை ஒன்று எதிர்த்துப் பறந்தபடியும், திரும்ப வந்தபடியும் இருந்தன. நிலவின், விண்மீன்களின் ஒளியைத் தங்களுடைய வலிமையான தன்மையால் துண்டித்தன. ஆனாலும் எங்களால் அவற்றைப் பார்க்க முடிந்தது. ஏனெனில் அவை கருத்த ஏரியில் இருந்தும் அந்த வீட்டின் கற்களில் இருந்தும் எழுந்த காற்றால் ஒளியூட்டப்பட்டிருந்ததை நாங்கள் கண்டோம்.

"நீ இதைப் பார்க்கக் கூடாது! பார்க்க மாட்டாய்! " என்று உஷரிடம் சொல்லியபடி அவனை அங்கிருந்த இருக்கைக்கு நான் கூட்டிச் சென்றேன். "உன்னை வியப்பில் ஆழ்த்துகிற இந்தக் காட்சி மற்ற பல இடங்களில் பார்க்கப்பட்ட ஒன்றே. நிச்சயமாக இந்த ஏரி தான் காரணம். இந்த சாளரத்தை மூடிவிடுவோம்; காற்று ஈரமாக இருக்கிறது. உனக்கு மிகப் பிடித்த கதைகளில் ஒன்று இங்கே இருக்கிறது. நான் அதை வாசிக்கிறேன். அதை நீ கேள். அச்சம் நிறைந்த இந்த இரவை நாம் ஒன்றாகக் கடந்து உயிரோடு இருப்போம்" என்றேன்.

நான் தேர்ந்தெடுத்த அந்தப் பழைய நூல் முட்டாள்கள் படிப்பதற்காக ஒரு முட்டாளால் எழுதப்பட்டது. உண்மையில் அது உஷருக்குப் பிடித்தமான ஒன்று அல்ல. ஆனால், அதுதான் சுலபமாக என் கையில் கிட்டியது. அவன் அமைதியாக நான் படிப்பதைக் கேட்பது தெரிந்தது. நன்கு குடித்திருந்த உடல் பலம்பொருந்திய ஆள் ஒருவன் கதவை உடைக்கத் தொடங்குகிறான். காய்ந்த மரம் உடைகின்ற ஓசை அவனைச் சுற்றி இருந்த காடு முழுக்கக் கேட்பதாக இருந்த கதையின் ஒரு பகுதியை நான் இப்போது வந்தடைந்தேன்.

திடீரென, நான் அப்போது படித்துக்கொண்டிருந்த கதையில் இருப்பதுபோலவே சில ஓசைகள் வீட்டின் தொலைவான இடங்களிலிருந்து எனக்குக் கேட்கத் தொடங்கவும், நான் வாசிப்பதை நிறுத்தினேன். அந்த ஓசைகளின் மீது எனக்கு இருந்த ஈர்ப்பே அவற்றைக் கவனிக்க வைத்ததேயல்லாமல் வலுத்துக் கொண்டிருந்த புயல் எனக்கு அச்சமூட்டவில்லை.

நான் கதையைத் தொடர்ந்து வாசிக்கிறேன். இப்போது அந்த ஆள் உடைக்கப்பட்ட அந்தக் கதவின் வழியாக நுழைகிறான். இத்தகைய பழங்கதைகளில் வழக்கமாகக் காணக்கூடியது போலவே இதிலும் ஒரு விநோதமான பயங்கரமான விலங்கு தோன்றுகின்றது. அவன் அதைத் தாக்குகிறான். பிறகு அவன் தன் காதுகளைத் தன் கைகளால் மூடிக்கொள்ளும் அளவுக்குப் பெரும் அலறலுடன் அது வீழ்கிறது. இங்கு நான் மறுபடி கதை வாசிப்பதை நிறுத்தினேன்.

சந்தேகமே இல்லை. இம்முறை அக் கதையில் நடந்ததுபோலவே அந்த விலங்கின் அழுகையைப் போன்ற ஒன்றை நிச்சயமாக நான் சற்றுத் தொலைவில் கேட்டேன். நான் உணர்ந்த எதையும் என் நண்பன் பார்த்துவிடக்கூடாது என்பதற்காக நான் என்னைக் கட்டுப்படுத்திக்கொண்டேன். அந்த ஓசையை அவன் கேட்டானா என்பதை என்னால் நிச்சயமாகச் சொல்லமுடியவில்லை. ஆனால் அவனிடம் ஏதோ ஒரு மாற்றம் தெரிந்தது. நான் அவனை நன்றாகப் பார்க்க முடியாதபடி அவன் இப்போது தன்னுடைய நாற்காலியை மெதுவாக நகர்த்தி இருந்தான். தனக்குத் தானே பேசிக்கொள்வதைப்போல அவனுடைய உதடுகள் அசைவதை நான் பார்த்தேன். பிறகு அவனுடைய தலை முன்னோக்கிச் சரிந்தது. ஆனால் அவன் உறங்கவில்லை என்று நான் அறிந்திருந்தேன். ஏனெனில் அவனுடைய கண்கள் திறந்திருந்தன. அத்துடன் அவன் தன்னுடைய உடலை இந்தப் பக்கமும் அந்தப் பக்கமுமாக அசைத்தபடி இருந்தான்.

நான் மறுபடி கதையைப் படிக்கத் தொடங்கினேன். இப்போது அக் கதையில் எழுதப்பட்டிருப்பதுபோலவே ஒரு கனமான இரும்புத் துண்டு, மணியோசையின் சத்தத்தை ஏற்படுத்தியபடி கல் தரையின் மீது விழுந்தது. இந்தச் சொற்கள் என் உதடுகளில் இருந்து உச்சரிக்கப்பட்ட அந்தக் கணத்தில் மிகத் தெளிவாக; ஆனால், சற்றுத் தொலைவிலிருந்து பலத்த மணியோசை போன்ற சப்தம் கேட்டது. ஏதோ நிஜமாகவே ஒரு இரும்புத்துண்டு தரையின் மீது விழுந்ததைப் போலவும் அல்லது ஒரு இரும்புக் கதவு அப்போதுதான் மூடியது போலவும் ஓசை கேட்டது. நான் என்னுடைய கட்டுப்பாட்டை முழுவதுமாக இழந்து நாற்காலியிலிருந்து துள்ளி எழுந்தேன். உஷர் இப்பக்கமும் அப்பக்கமுமாய் அசைந்தபடி அமர்ந்தே இருந்தான். அவனுடைய கண்கள் தரையை நோக்கித் திரும்பின.

நான் நாற்காலியை நோக்கி வேகமாகச் சென்று என் கையை அவன் தோளின்மீது வைத்தபோது, அவனுடைய முழு உடலும் நடுங்கிக்கொண்டிருப்பதை உணர்ந்தேன். நோய்மையுற்ற ஒரு புன்னகை அவனுடைய உதடுகளைத் தொட்டுக்கொண்டிருந்தது. மிக மெல்லிய வேகமான தளர்வான ஒரு குரலில் நான் அங்கே இருப்பதே தெரியாததுபோல அவன் பேசினான்.

"ஆம்! நான் அதைக் கேட்டேன். பல நிமிடங்கள், பல மணி நேரங்கள், பல நாட்கள் நான் அதைக் கேட்டிருக்கிறேன். ஆனால் அதைப்பற்றிப் பேசத் துணியவில்லை. அவளுடைய வாழ்வை நாம் பெட்டகத்தில் வைத்துவிட்டோம். நான் சொன்னேன் இல்லையா என்னுடைய புலன்கள் மிகக் கூர்மையானவை என்று? அவளுடைய அசைவுகளைப் பல நாட்களுக்கு முன்பே நான் கேட்டேன். ஆனால் அதைப் பற்றிப் பேச எனக்குத் தைரியமில்லை. இப்போது நீ வாசித்த இந்தக் கதை - ஆனால் அந்த ஓசைகள் அவளுடையவை. நான் எங்கே ஓடுவேன்? அவளை இவ்வளவு சீக்கிரம் அங்கே ஏன் வைத்தேன் என்று கேட்டபடி அவள் வருகிறாள். அவளுடைய காலடி ஓசையை நான் மாடிப்படிகளில் கேட்கிறேன். அவளுடைய இதயத்தின் பலத்த ஓசையை நான் கேட்கிறேன்" என்று சொன்னபடி அவன் துள்ளி எழுந்து தன்னுடைய ஆன்மாவைத் தருவதுபோல அழுதபடி, "இப்போதுகூட அவள் கதவருகில்தான் நிற்கிறாள்" என்றான்.

அவன் சுட்டிக்காட்டிய அந்தப் பெரும் கதவு இப்போது மெல்லத் திறந்தது. ஒருவேளை அது காற்றின் வேலையாகக்கூட இருக்கலாம். ஆனால் இல்லை. அந்தக் கதவுக்கு வெளியே ஓர் உருவம் நின்றிருந்தது. அந்த உயரமான உருவம் அணிந்திருந்த சாம்பல் நிற உடைகள், மேடலினுடையது. அவளுடைய வெண்ணிற உடையின் மீது குருதி படிந்திருப்பது தெரிந்தது. தப்பிப்பதற்கான கடுமையான முயற்சி அந்த உருவத்தின் ஒவ்வொரு பாகத்திலும் தெரிந்தது. நடுங்கியபடி கதவின் அருகே சில நொடிகள் நின்றவள் பிறகு ஒரு மெல்லிய அழுகையுடன் தன்னுடைய சகோதரனின் மீது வலியுடன் விழுந்தாள். முன்பே இறந்துபோன தன்னோடு சேர்த்து அவனைத் தரையில் தள்ளினாள்.

இறுதியில் தன் சுய அச்சத்தினால் அவன் கொல்லப்பட்டான்.

நான் அந்த அறையிலிருந்து, அந்த வீட்டிலிருந்து ஓடத்

தொடங்கினேன். நான் பாலத்தைக் கடக்கும்போது புயல் தன் முழுமையான பலத்துடன் என்னைச் சூழ்ந்தது. திடீரென ஒரு பேரொளி என் காலருகே, தரையில் நகர்ந்தது. அந்த வெளிச்சம் எங்கிருந்து வருகிறது என்று நான் திரும்பிப் பார்த்தேன். ஏனெனில் எனக்குப் பின்னால் அந்தப் பெரிய வீடும் அதன் இருளும் மட்டுமே இருந்தன. அந்த ஒளி, முழு நிலவின் ஒளி; குருதியால் சிவந்த நிலவு. முதன்முதலாக நான் அந்த மாளிகையைப் பார்த்தபோது, சுவரின் முன்பக்கத்தில் இருந்த விரிசலில் இப்போது நிலவு ஒளிர்ந்துகொண்டிருந்தது. அந்தச் சிறிய விரிசல் இப்போது அகன்று விரிவதை நான் பார்த்தேன். ஒரு பலத்த காற்று என்னை நோக்கி வேகமாக வந்தது. நிலவின் முழு முகம் தெரிந்தது. பெரும் சுவர்கள் உடைந்து விழுவதை நான் பார்த்தேன். புயலின் நீண்ட கூக்குரல் ஓசை கேட்டது. ஆழ்ந்த கரிய அந்த ஏரி மிச்சமிருந்த உஷரின் வீட்டைத் தன் கருமையுடன் சேர்த்தணைத்து மூடிக்கொண்டது.

எட்கர் ஆலன் போ (1809 – 1849)

அமெரிக்க எழுத்தாளர், கவிஞர், தொகுப்பாசிரியர் - இலக்கிய விமர்சகரான போ, ஆங்கிலக் கற்பனாவாத இயக்கத்தின் எழுத்தாளர்களுள் ஒருவர். துப்பறிவுப் புனைவு பாணியினைக் கண்டுபிடித்தவராகவும், அறிபுனை பாணியின் முன்னோடிகளில் ஒருவராகவும் கருதப்படுகிறார். பிரபலமான அமெரிக்க எழுத்தாளர்களுள், எழுத்தின்மூலம் கிட்டிய வருமானத்தை மட்டும் கொண்டு வாழ்க்கையை நடத்த முதலில் முயன்றவர் போ. இதனால் அவர் வறுமையில் வாட நேர்ந்தது.

எட்கர் ஆலன் போவின் சிறப்பான படைப்புகளுள், 'டு ஹெலன்', 'த ரேவன்', 'அனபெல் லீ' ஆகிய கவிதைகளும், கொடூரத்தையும் குற்றங்களையும் மையப்படுத்திய குறுநாவல்களான 'தி டெல்-டேல் ஹார்ட்', 'தி காஸ்க் ஆஃப் அமாண்டிலாடோ', அதீத அமானுஷ்ய திகில்கொண்ட 'தி ஃபால் ஆஃப் த ஹவுஸ் ஆஃப் அஷர்' ஆகியவையும் அடங்கும். அவருடைய அமானுஷ்யக் கதைகளைப் போலவே அவருடைய இறப்பின் காரணமும் இறுதிவரை கண்டுபிடிக்கப்பட முடியாமலேயே போனது.

கிளிமஞ்சாரோவின் வெண்பனி

எர்னஸ்ட் ஹெமிங்வே

பனி படர்ந்த, 19170 அடி உயரமுள்ள, கிளிமஞ்சாரோ, ஆப்பிரிக்காவில் இருப்பதிலேயே மிக உயரமானதாகக் கருதப்படும் மலை. 'மசாய்', என்றழைக்கப்படும் கடவுளின் உறைவிடம். மேற்குச் சிகரத்துக்கு அருகில், பனியில் உறைந்த ஓர் சிறுத்தையின் எலும்புக்கூடு கிடக்கிறது. அவ்வளவு உயரத்தில் அந்தச் சிறுத்தை எதைத் தேடியது என்பதை யாராலும் விளக்கமுடியாது.

"அதில் அற்புதமான விஷயம் என்னவென்றால் அது வலியற்றது. அது தொடங்கிவிட்டது என்பது உனக்கே தெரியவரும்" என்றான் அவன்.

"அப்படியா, நிஜமாகவா?" என்று கேட்டாள்.

"முற்றிலும் உண்மை. ஆனால் அந்தத் துர்வாடையை நினைத்து நான் மிகவும் கவலைப்படுகிறேன். அது உன்னைத் தொந்தரவு செய்யக்கூடும்."

"வேண்டாம்! தயைகூர்ந்து வேண்டாம்!"

அவன், "அவற்றைப் பார்" என்றான்.

"அவை நம்மிடம் கொண்டு வந்து சேர்ப்பது ஒரு காட்சியையா? அல்லது வாசத்தையா?"

மைமோஸா மரத்தின் அகன்ற நிழலில் இருந்த படுக்கையில் படுத்தபடி, அந்த நிழலைக் கடந்து கண் கூசும் சமவெளியை அவன் பார்த்தபோது, அங்கு மூன்று பெரிய பறவைகள் வெறுப்பூட்டும் வகையில் சம்மணமிட்டு அமர்ந்திருந்தது தெரிந்தது. வானத்தில் இன்னுமொரு டஜன் பறவைகள் வேகமாய் நகர்கிற நிழல்களை உருவாக்கியபடி கடந்தன. அவற்றைப் பார்த்தவன், "ட்ரக் பழுதான நாளில் இருந்து அவை அங்கிருப்பதை நான் கவனித்து வருகிறேன். இன்றுதான் அவை முதன்முதலில் நிலத்தின் மேற்பரப்புக்கு வந்திருக்கின்றன. ஒருவேளை என்னுடைய கதையில் எப்போதாவது நான் அவற்றைப் பயன்படுத்த விரும்பக்கூடும் என்று நான் முன்பு நினைத்ததால், அவை எவ்வளவு ஜாக்கிரதையாகச் செயல்படுகின்றன என்பதைக் கூர்ந்து கவனித்துவந்தேன். இப்போது அதை நினைத்தால் எனக்கு வேடிக்கையாக இருக்கிறது" என்றான்.

அவள், "நீங்கள் அதைச் செய்யமாட்டீர்கள் என்று நினைக்கிறேன்" என்றாள்.

"நான் சும்மா சொல்கிறேன். நான் பேசினால் எனக்கு அது சௌகரியமான உணர்வைத் தருகிறது. ஆனால் நான் உன்னைத் தொந்தரவு செய்ய விரும்பவில்லை" என்றான்.

"அது எனக்குத் தொந்தரவாக இல்லை என்பது உங்களுக்குத் தெரியும். எதையும் செய்ய இயலாமல் இருப்பது என்னை மிகுந்த தளர்ச்சியடையச் செய்திருக்கிறது. விமானம் வரும்வரை நம்மால் முடிந்த அளவுக்கு விஷயங்களை எளிதாக்கிக்கொள்ளலாம் என்று நான் நினைக்கிறேன்" என்றாள்.

"அல்லது விமானம் வராதவரையில்."

"நான் என்ன செய்ய இயலும் என்பதைத் தயைகூர்ந்து சொல்லுங்கள். நிச்சயமாக நான் செய்வதற்கு ஏதாவது இருக்கும்."

"நீ என் கால்களைத் துண்டித்துவிடலாம். அது ஒருவேளை என் வலியைக் குறைக்கலாம். ஆனாலும் எனக்கு அதில் ஐயம் இருக்கிறது. இல்லையென்றால் நீ என்னைச் சுட்டுவிடு. துப்பாக்கி சுடுவதில் நீ இப்போது கைதேர்ந்துவிட்டாய். துப்பாக்கியால் சுடுவதற்கு நான்தான் உனக்குப் பயிற்சியளித்திருக்கிறேனே?"

"தயவுசெய்து அப்படிப் பேசாதீர்கள். உங்களுக்கு நான் எதையாவது வாசித்துக் காண்பிக்கட்டுமா?"

"எதை?"

"புத்தகங்கள் வைக்கப்பட்டிருக்கும் பையில் உள்ள, நாம் இதுவரை படிக்காத நூல்கள் எதிலிருந்தாவது."

"என்னால் அதைக் கவனிக்க முடியாது. பேசுவதுதான் மிக எளிதானது. நாம் சண்டை இடுவதால் நேரம் எளிதாகக் கடந்துவிடுகிறது."

"நான் சண்டையிடவில்லை. நான் சண்டையிட விரும்பியதே இல்லை. எவ்வளவு பதட்டம் ஏற்பட்டாலும் நாம் இனி சண்டையிடவேண்டாம். ஒருவேளை அவர்கள் இன்று வேறு ஒரு ட்ரக்கை எடுத்துக்கொண்டு வரலாம். ஒருவேளை விமானம் வரலாம்."

"நான் நகர விரும்பவில்லை. நான் நகர்வதால் விஷயங்கள் உனக்கு எளிதாக இருக்கும் என்பதைத்தவிர அதனால் வேறெந்தப் பயனும் இல்லை" என்றான்.

"அது கோழைத்தனம்."

"ஒரு மனிதனின் மீது அவப்பெயர் சுமத்தாமல் உன்னால் அவனை நிம்மதியாகச் சாகவிட முடியாதா? என்மீது பழிசுமத்துவதால் என்ன பயன்?"

"நீங்கள் சாகமாட்டீர்கள்."

"முட்டாள்தனமாகப் பேசாதே. நான் இப்போது இறந்து கொண்டிருக்கிறேன். வேண்டுமானால் அந்த அப்பன் பெயர் தெரியாதவனைக் கேள்" என்று சொல்லிக்கொண்டே, பெரிய உருவத்துடனிருந்த, அந்த அருவருப்பான பறவைகள் நிர்வாணமான தங்கள் தலைகளைத் தங்களுடைய வளைந்த இறகுகளுக்குள் புதைத்துக்கொண்டிருப்பதைப் பார்த்தான். நான்காவது பறவையொன்று கீழே இறங்கி, வேகமாக நடக்கத் தொடங்கி, பிறகு மெது மெதுவாக மற்றவற்றை நோக்கி அடி எடுத்து வைத்தது.

"அவை எல்லா முகாம்களிலும் இருக்கின்றன. நீங்கள் அவற்றைக் கவனிப்பதே இல்லை. நம்பிக்கை இழக்காதவரை உங்களால் இறக்கமுடியாது."

"இதை நீ எங்கே படித்தாய்? நீ ஒரு மிக மோசமான முட்டாள்."

“நீங்கள் வேறு யாரையாவது இப்போது நினைத்துக்கொள்ளுங்கள்.”

“இறைவா! அதில் நான் நிபுணனாயிற்றே” என்றவன் படுத்துக்கொண்டான். புதரின் நுனியில் பளபளக்கிற சமவெளியின் வெம்மையைப் பார்த்தபடி மௌனமாக இருந்தான். மெல்லிய வெண்ணிறமும் மஞ்சளும் கலந்த சில ஆட்டுக்குட்டிகள் காணப்பட்டன. தூரத்தில், புதரின் பசுமையான நிறத்துக்கு நேரெதிராக வெண்ணிறத்தில் இருந்த ஒரு வரிக்குதிரைக் கூட்டத்தை அவன் கண்டான். குன்றுக்கு எதிரே, பெரிய மரங்களின் கீழிருந்த அந்த இனிமையான முகாம், பருகுவதற்கு நன்னீருடனும், காலை நேரங்களில் மணற் கோழிகள் பறக்கிற, ஏறத்தாழ வற்றிப்போயிருந்த குட்டையொன்றின் அருகேயும் இருந்தது.

அவள் கித்தானால் ஆன ஒரு நாற்காலியில் அவனுடைய கட்டிலுக்குப் பக்கத்தில் அமர்ந்திருந்தாள்.

"நான் உங்களுக்கு வாசித்துக்காட்டுவதை நீங்கள் விரும்பவில்லையா?” என்று கேட்டபடியே, “இதோ இதமான தென்றல் வருகிறது” என்றாள்.

“இல்லை. வேண்டாம்.”

“ஒருவேளை ட்ரக் வரலாம்.”

“அந்த ட்ரக்கைப் பற்றி எனக்கு எந்த அக்கறையும் இல்லை.” என்றான்.

“எனக்கு இருக்கிறது.”

“எனக்கு அக்கறையற்ற நிறைய விஷயங்களைப் பற்றி உனக்கு அக்கறை இருக்கிறது.”

“நிறைய இல்லை ஹாரி.”

“நாம் இப்போது மதுபானம் அருந்தலாமா?”

“அது உங்களுக்குத் தீங்கானது என்று கருதுகிறேன். நீங்கள் எல்லாவிதமான மது பானங்களையும் தவிர்க்கவேண்டும். நீங்கள் குடிக்கக்கூடாது.”

“மோலோ” என்று அவன் உரக்கக் கூச்சலிட்டான்.

“சொல்லுங்கள் எசமான்...”

"விஸ்கியையும் சோடாவையும் கொண்டுவா."

"சரி எசமான்."

"நீங்கள் இதைச் செய்யக்கூடாது. நான் எப்போதும் உங்களுக்கு விட்டுக் கொடுத்துப் போவதற்கான காரணம் இதுதான். குடி உங்களுக்குத் தீங்கானது என்பதை நான் அறிவேன்."

"இல்லை. அது எனக்கு நன்மை தருவது" என்றான்.

அப்பாடா! இந்த வாக்குவாதம் முடிந்துவிட்டது என நினைத்தான். அவனாக இதை முடிவுக்குக் கொண்டுவரும் வாய்ப்பு நிச்சயமாக அவனுக்கு இல்லை.

இப்படியாக, மதுபானத்துக்கான ஒரு சச்சரவோடு அந்தப் பேச்சு ஒரு முடிவுக்கு வந்தது.

அவனுடைய வலது கால் அழுகத் தொடங்கியதிலிருந்து அவனுக்கு வலி இல்லை; வலியோடு சேர்ந்து பயமும் போய்விட்டது, அனைத்தும் ஒரு முடிவுக்கு வருகிற அதீதக் களைப்புமட்டுமே இப்போது எஞ்சியிருந்தது. அடுத்து என்ன என்பது குறித்த மிகச் சிறிய எதிர்பார்ப்பு இருந்தது. ஆனால் பல வருடங்களாக அவனை பீடித்திருந்த அந்த எதிர்பார்ப்பு, இப்போது ஒன்றுமில்லாத ஒன்றாக மாறிவிட்டது. தனக்கு ஏற்பட்ட களைப்பால் மட்டும் இது நிகழ்ந்திருக்கும் என்பது அவனுக்கு விசித்திரமாக இருந்தது.

தன்னால் மிகச் சிறப்பாக எழுதமுடியும் என்று அவன் உணரத் தொடங்கிய ஒரு காலகட்டத்துக்குப் பிறகு அவன் எழுத நினைத்து மனதில் சேமித்து வைத்திருந்த எதையும் அவனால் இப்பொழுது எழுதவேமுடியாது. ஆனால் எழுத முயற்சி செய்வதில் அவன் தோல்வியடைய வேண்டிய அவசியம் இல்லை. 'ஒருவேளை தன்னால் அவற்றை ஒருபொழுதும் எழுதமுடியாது போகலாம் என்பதாலேயே, அவற்றை நிராகரித்து, எழுதத் தொடங்குவதைத் தள்ளிப்போட்டுவந்தோம்' என்று நினைத்துக்கொண்டான். இப்போதுள்ள சூழ்நிலையில் அவனால் ஒருநாளும் இதை அறிந்துகொள்ள முடியாது.

"நாம் இங்கு வந்திருக்கவே வேண்டாம் என நினைக்கிறேன்" என்ற அந்தப் பெண், கண்ணாடிக் குடுவையைக் கையில் வைத்தபடி தன்னுடைய உதட்டைக் கடித்துக்கொண்டு அவனைப் பார்த்தாள்.

"இதுபோன்ற ஒரு விஷயம் பாரீசில் உங்களுக்கு நிகழ்ந்திருக்காது. நீங்கள் பாரீசை நேசிப்பதாக என்னிடம் அடிக்கடி சொல்லியிருக்கிறீர்கள். நாம் பாரீசில் தங்கி இருந்திருக்கலாம். அல்லது வேறெங்காவது சென்றிருக்கலாம். நான் வேறு எங்காவது சென்றிருப்பேன். அதாவது நீங்கள் விரும்புகிற வேறு ஏதாவது ஒரு இடத்திற்கு நான் உங்களுடன் சென்றிருப்பேன். நீங்கள் துப்பாக்கி சுடும் பயிற்சில் ஈடுபட விரும்பியிருந்தால் நாம் ஹங்கேரிக்குச் சென்றிருக்கலாம். அங்கு வசதியாக இருந்திருக்கலாம்."

"உன் வீணாய்ப் போன பணம்" என்றான் அவன்.

"இது நியாயமில்லை! அது எந்த அளவுக்கு எனக்குச் சொந்தமோ அதே அளவுக்கு உங்களுக்கும் சொந்தமானதுதான். நான் அனைத்தையும் விட்டுவிட்டு, நீங்கள் எங்கெல்லாம் செல்ல விரும்பினீர்களோ அங்கெல்லாம் உங்களுடன் சென்றேன், நான் என்ன செய்ய வேண்டும் என்று நீங்கள் விரும்பினீர்களோ அவை அனைத்தையும் நான் செய்தேன். ஆனால் நாம் இங்கு வந்திருக்கக்கூடாது என்று நினைக்கிறேன்."

"உனக்கு இந்த இடம் மிகப் பிடித்திருப்பதாகச் சொன்னாயே."

"நீங்கள் நன்றாக இருந்தபோது எனக்கு இந்த இடம் பிடித்திருந்தது. ஆனால் இப்போது இதை நான் வெறுக்கிறேன். உங்களுக்கு இது ஏன் நடந்தது என்று புரியவில்லை. இப்படி ஒன்று நமக்கு நடக்கும் அளவுக்கு நாம் என்ன தவறு செய்தோம்?" என்றாள்.

"நான் முதன் முறையாக அந்தக் காயத்தைச் சொறிந்தபோது அதன்மீது அயோடின் போட மறந்துவிட்டேன் என்று நினைக்கிறேன். எந்தத் தொற்று நோயும் என்னைத் தாக்காது என்பதால் நான் அதற்காகத் தனிக் கவனம் செலுத்தவில்லை. கிருமிநாசினிகள் தீர்ந்த பிறகு அவ்வளவாகப் பலனளிக்காத, பலவீனமான கார்போலிக் கரைசலை நான் பயன்படுத்தி வந்தது நிலைமையை இன்னும் மோசமாக்கி நுண்ணிய ரத்தக் குழாய்களை முடமாக்கி அந்த இடம் அழுகத் தொடங்கி இருக்கக்கூடும் என்று நினைக்கிறேன்" என்றவன், அவளைப் பார்த்தபடி, "இதைத் தவிர வேறு என்ன தவறு நடந்திருக்கும்?" என்று கேட்டான்.

"நான் அந்த அர்த்தத்தில் சொல்லவில்லை."

"திறமையற்ற அந்த அரைவேக்காடு மலைவாசி ஓட்டுனருக்குப் பதிலாக ஒரு நல்ல மெக்கானிக்கை நாம் இந்த வேலைக்கு அமர்த்தி

இருந்தால் அவன் எண்ணெயைப் பரிசோதித்துப் பார்த்திருப்பான்; ட்ரக்கின் உராய்வைத் தவிர்க்கும் பொறி எரிந்தே இருக்காது”

“நான் அந்த அர்த்தத்தில் சொல்லவில்லை.”

“வெஸ்ட்பரி சரகாமா பனைக் கடற்கரையைச் சேர்ந்த உன் ஜனங்களை விட்டுவிட்டு, என்னை ஒரு சவாலாக நினைத்து நீ என்னுடன் இங்கு வராது இருந்திருந்தால்.”

“இது நியாயமற்ற பேச்சு. நான் உங்களை நேசித்தேன். இப்போதும் நேசிக்கிறேன். எப்போதும் உங்களை நேசிப்பேன். நீங்கள் என்னை நேசிக்கவில்லையா?”

“இல்லை. நான் அவ்வாறு நினைக்கவில்லை. நான் எப்போதுமே அப்படி நினைத்ததில்லை” என்றான்.

“ஹாரி! நீங்கள் என்ன சொல்கிறீர்கள்? உங்களுடைய மூளை குழம்பிவிட்டது.”

“இல்லை. குழம்புவதற்கு எனக்குத் தலையே இல்லை.”

“அதைக் குடிக்காதீர்கள். அன்பே, தயவுசெய்து அதைக் குடிக்காதீர்கள். நம்மால் செய்யமுடிந்த அனைத்தையும் நாம் செய்யலாம்.”

“நீ செய். எனக்குக் களைப்பாய் இருக்கிறது” என்றான்.

அவனுடைய மனதில் இப்போது காராகட்ச்சில் உள்ள புகைவண்டி நிலையம் தெரிகிறது. தன்னுடைய பையை வைத்தபடி அவன் அதில் நின்றுகொண்டிருக்கிறான். சிம்ப்ளன் ஓரியண்ட் சொகுசு ரயிலின் முகப்பு விளக்கு இருளைக் கிழித்தபடி இருந்தது. கூடுகைக்குப் பிறகு அவன் திரேசை விட்டு வந்துகொண்டிருந்தான். காலைச் சிற்றுண்டி நேரத்தில் ஜன்னலுக்கு வெளியே தெரிந்த பல்காஃப்பா மலைகளின் மீதிருந்த பனியைப் பார்த்தபடி, தான் எழுதுவதற்காக அவன் தன் மனதில் சேமித்து வைத்திருந்த காட்சிகளில் அதுவும் ஒன்று. நேன்சனின் காரியதரிசி, “அது பனியா” என்று கிழவனிடம் கேட்கவும், கிழவன் அதைப் பார்த்து, “இல்லை, அது பனி இல்லை. பனி வருவதற்கு இன்னும் காலம் இருக்கிறது” என்று பதில்

சொல்கிறான். அந்தக் காரியதரிசி மற்ற சிறுமிகளிடம், "இல்லை. இது பனி இல்லை" என்று அதை அப்படியே திரும்பச் சொல்கிறாள். "இது பனி இல்லை; நாம் தவறாக நினைத்துவிட்டோம்" என்று அவர்கள் எல்லோரும் சொல்கிறார்கள். ஆனால், அது பனிதான். ஆட்களைப் பற்பல காரணங்களுக்காக நாடுவிட்டு நாடு, ஓரிடம்விட்டு இன்னொரு இடம் பரிமாற்றம் செய்யும் பழைய யுத்தியைப் பின்பற்றி அந்தக் கிழவர் அவர்களை அந்தப் பனிக்குள் அனுப்பினார். அந்தக் குளிர்காலம் முழுதும், தாங்கள் சாகும்வரை தங்கள் கால்களை மிகுந்த சிரமத்துடன் அழுந்த வைத்து அவர்கள் நடந்தது அதில், அந்தப் பனியில்தான்.

கிறிஸ்துமஸ் வாரம் முழுக்க கார்ட்டலில் அந்த வருடம் விழுந்ததும் பனிதான். ஓர் விறகு வெட்டியின் வீட்டில் இருந்த, பெரிய சதுர பீங்கான் அடுப்பு பாதி அடைத்துக்கொண்டிருந்த ஓர் அறையில் அந்த வருடம் அவர்கள் தங்கியிருந்தார்கள். பீச் இலைகளால் நிறைக்கப்பட்ட படுக்கையில் உறங்கிய அந்தக் காலகட்டத்தில்தான் சிறையில் இருந்து தப்பித்து ஓடிவந்த ஒருவர் பனியில் குருதி கன்றிப்போன பாதங்களுடன் அங்கு வந்தார். காவலாளிகள் தன்னைத் துரத்துவதாக அவர் சொன்னதும் கம்பளியால் ஆன காலுறைகளை அவருக்குத் தந்து, கால் தடங்களின் ஓசை அடங்கும்வரை அவர்கள் காவலர்களிடம் சென்று பேசிக்கொண்டிருந்தார்கள்.

கிருஸ்துமஸ் தினத்தன்று ஒவ்வொருவரும் தேவாலயத்தில் இருந்து வெளியே வருவதை ஷ்க்ரண்சின் மதுக் கூடத்திலிருந்து எட்டிப் பார்த்தபோது கண்கள் கூசும் அளவிற்குப் பனி மிகப் பிரகாசமாக இருந்தது. பனிச்சறுக்கு விளையாட்டு வாகனங்களால் மூத்திர மஞ்சள் நிறத்தில் மாறியிருந்த வீதியில், தங்களுடைய தோள்களின்மீது பனி பலமாக விழுந்து சறுக்கி ஆட, நதிப்புறமாக இருந்த செங்குத்தான பைன் மலைகளோடு அவர்கள் வேகமாக ஓடுவதுபோல நடந்து சென்றது அங்குதான். அவர்கள் அவ்வாறு ஓர் பனிப்பாறையின் கீழே ஓடிய காட்சி, மேன்ஹாஸ் மலை வாசஸ்தலத்துக்கு மேலிருந்து பார்ப்பதற்கு, மேற்புறத்தில் க்ரீம் வைக்கப்பட்ட மென்மையான கேக்போலவும், மிருதுவான

மாவுபோலவும் காட்சியளித்தது. ஒரு பறவையைப்போல அவர்கள் தரையில் விழுந்தது, வேகம் தன் இயல்பில் நிகழ்த்திய இரைச்சலற்ற ஒரு பாய்ச்சலாக அவனுக்கு நினைவிருந்தது.

மேட்லனர்ஹாஸில் மூர்க்கத்தனமான பனிச் சூறாவளி வீசிய அந்த ஒரு வாரம் முழுதுமே, பனியால் சூழப்பட்ட அச் சமயத்தில், அவர்கள் எங்கும் வெளியே செல்லமுடியாமல் லாந்தர் விளக்கு வெளிச்சத்தின் இடையே வந்த புகை மூட்டத்தின் நடுவே சீட்டு விளையாடிக்கொண்டிருந்தார்கள்.

ஹெர் லெண்ட் நிறையமுறை தோற்றுக்கொண்டே இருந்ததால், ஒவ்வொரு முறையும் போட்டித் தொகை அதிகமாகியபடி இருந்தது. பனிச்சறுக்கு விளையாட்டில் ஈட்டிய வருமானம், அந்தப் பருவகாலத்தில் பெற்ற மொத்த லாபம், தன் முதலீடு என எல்லாவற்றையும் இறுதியில் அவன் தோற்றுவிட்டான். நீண்ட நாசியுடன் இருந்த அவன் தன் சீட்டுகளை எடுப்பதையும், பிரிப்பதையும் ஹாரி பார்த்தான்.

“கண்ணை மூடிக்கொண்டு விளையாடும் சீட்டாட்டம்”. அப்போதெல்லாம் அங்கு தொடர்ந்து சூதாட்டம் நடந்தது. பனி இல்லாதபோது அவர்கள் சூதாடினார்கள். பனி மிக அதிகமாக இருந்தபோதும் சூதாடினார்கள். தன் வாழ்க்கை முழுதும் சூதாட்டத்தில் தான் கழித்த மொத்த காலத்தையும் அவன் நினைத்துப் பார்த்தான்.

ஆனால் அவன் அதைப் பற்றியோ, தங்கள் விடுமுறைக் காலத்தைக் கழிப்பதற்காக ஆஸ்திரிய அதிகாரிகள் பயணித்த புகைவண்டியின்மீது குண்டு வீசுவதற்காக, நாட்டின் எல்லையையும் மலைகளின் பின்னணியில் இருந்த சமவெளிகளையும் கடந்து, குளிரும், வெளிச்சமும் நிறைந்திருந்த கிருஸ்துமஸ் நாளொன்றில் பார்க்கர் பயணித்ததையும், சிதறி ஓடிய ஆஸ்திரிய அதிகாரிகளை எந்திரத் துப்பாக்கியால் சுட்டதையும் பற்றிக்கூட ஒரு வரியையும் இதுவரை அவன் எழுதியதே இல்லை. அதற்குப் பிறகு உணவகத்திற்கு வந்த பார்க்கர் அதைப் பற்றிச் சொல்லத் தொடங்கிய அடுத்த நொடி அந்த இடத்தில் எப்படிப்பட்ட ஓர் அமைதி ஏற்பட்டது என்பதும் அவனுக்கு நினைவிருந்தது. பிறகு யாரோ அவர்களை மோசமான வசைச் சொற்களால் திட்டினர். முன்பு, வருடம் முழுதும் அவனுடன் பனிச் சறுக்கு

விளையாடிய ஹன்ஸ் கைசர் ஜேகரில் இருந்தான். மரம் அறுக்கும் சிறிய ஆலையொன்றின் அருகே இருந்த பெரிய பள்ளத்தாக்கின் மான்களை அவர்கள் இருவரும் வேட்டையாடியது பற்றியும், பெர்டிகாராவிலும் ஆசலோனிலும் நடைபெற்ற தாக்குதலையும், பசிபியோவில் நடந்த சண்டையைப் பற்றியும் ஒரு சொல்லைக்கூட அவன் ஒருபொழுதும் எழுதியதில்லை. மோண்ட் கரினாவைப் பற்றியோ செட்டி கம்யூன் பற்றியோ அர்சீயரோ பற்றிக்கூட இல்லை.

வோரால்பெர்க்கிலும் ஆர்ல்பெர்க்கிலும் அவன் எத்தனை எழுத்தாளர்களுடன் வாழ்ந்துள்ளான்? நான்கு. பிறகு அவன் ப்ளூடன்ஸ் நகருக்குப் பரிசுகளை வாங்குவதற்காகச் சென்றபோது நரியை விற்பனைக்கு வைத்திருந்த ஒரு ஆளை, செர்ரிகள் புதைத்து வைக்கும் குழியிலிருந்த நுகர்ந்த நல்ல மதுவின் சுவையை, வேகமாக உதிர்கிற பனியினாலான துளையருகே, “ஹாய்! ஹோ! செட் ராலி” எனப் பாடியபடி, இறுதித் திருப்பத்தின் செங்குத்தான முனைவரை ஓடி, அதை நேராக எதிர்கொண்டு, பிறகு பழத்தோட்டத்தையும், நீர்வடிகாலையும் மூன்று சுற்று சுற்றுச் சுற்றிக் கடந்து விடுதியின் பின்னிருந்த பனி படர்ந்த சாலையில் ஓடியதையும் நினைவு கூர்ந்தான்.

“நாம் பாரீசில் எங்கு தங்கியிருந்தோம்?” ஆப்ரிக்காவில், கேன்வாஸ் நாற்காலியில் தன்னருகே அமர்ந்திருந்த அந்தப் பெண்ணிடம் இப்போது அவன் கேட்டான்.

“க்ரில்லானில்! அது உங்களுக்குத் தெரியும்.”

“எனக்கு எப்படித் தெரியும்?”

“நாம் எப்போதும் அங்குதான் தங்குவோம்.”

“இல்லை. எப்போதும் இல்லை.”

“அங்கும் செயிண்ட் ஜெர்மெய்னிலுள்ள பெவிலியன் ஹென்றி க்வாடரிலும் தங்குவோம். அதன்மீது நீங்கள் காதல் கொண்டிருப்பதாகச் சொல்லியிருக்கிறீர்கள்.”

“காதல் ஒரு சாணக் கிடங்கு. அதன் மீது நின்று கூவும் சேவல் நான்” என்றான் ஹாரி.

“நீங்கள் விலகிச் செல்லவேண்டும் என்று நினைத்துவிட்டால்,

அந்த இடத்திலுள்ள எல்லாவற்றையும் கொன்றழித்துவிடவேண்டும் என்பது அவசியமா? அதாவது எல்லாவற்றையும் எடுத்துக்கொண்டு போய்விட வேண்டுமா? நீங்கள் உங்கள் குதிரையை, உங்கள் மனைவியை, உங்கள் சேணத்தை, உங்களுடைய கவசத்தை அனைத்தையும் நீங்கள் அழித்துவிடவேண்டுமா?"

"ஆம். உன்னுடைய வீணாய்ப்போன பணம்தான் என்னுடைய கவசமா? என்னுடைய வாளும் என் கவசம்தான்" என்றான்.

"அப்படிச் சொல்லாதீர்கள்."

"சரி. நான் நிறுத்திவிடுகிறேன் நான் உன்னைக் காயப்படுத்த விரும்பவில்லை."

"இப்போது காலம் கடந்துவிட்டது."

"சரி. நான் உன்னை காயப்படுத்திக்கொண்டே இருக்கிறேன். அது மிகவும் மகிழ்ச்சியாக இருக்கிறது. நான் எப்போதும் உனக்குச் செய்ய விரும்பியதை இப்போது என்னால் செய்ய இயலாது."

"இல்லை. அது உண்மை இல்லை. நிறைய விஷயங்கள் உங்களுக்குப் பிடித்திருந்தன. நீங்கள் செய்ய நினைத்ததை எல்லாம் நான் செய்தேன்."

"ஓ! கடவுளின் பெயரால் கேட்கிறேன். தற்பெருமை பேசுவதை நிறுத்துகிறாயா?" என்றபடி அவன் அவளைப் பார்த்தான். அவள் அழுதுகொண்டிருந்தாள்.

"நான் சொல்வதைத் கவனி! இது எனக்கு வேடிக்கையாக இருக்கிறது என்று நினைக்கிறாயா? நான் இதை ஏன் செய்கிறேன் என்று தெரியவில்லை. இது உயிருடன் இருப்பதற்காகக் கொலை செய்ய முயற்சிப்பதைப் போன்றது என்று நான் நினைக்கிறேன். நாம் பேசத் தொடங்கியபோது எல்லாம் சரியாகத்தான் இருந்தது. நான் இந்தப் பேச்சை ஆரம்பிக்க வேண்டும் என்று நினைக்கவில்லை. நான் ஓர் நாமக்கோழியைப்போலப் பித்துப் பிடித்தவனாய் இருக்கிறேன். என்னால் எவ்வளவு முடியுமோ அந்த அளவுக்கு உன்னிடம் குரூரமாக நடந்துகொள்கிறேன். நான் பேசுவது எதையும் நீ கவனிக்காதே. நான் உன்னை உண்மையாக நேசிக்கிறேன். நான் உன்னை நேசிப்பது உனக்குத் தெரியும். உன்னை நேசிப்பதுபோல நான் இதுவரை வேறு எவரையும் நேசித்ததில்லை."

இத்தனை காலமும் தன்னுடைய வாழ்வாதாரத்துக்கான உணவை எதன்மூலம் பெற்றானோ அந்த வழக்கமான பொய்க்குள் அவன் நழுவினான்.

"நீங்கள் என்னிடம் எவ்வளவு இனிமையானவராக இருக்கிறீர்கள்?"

"நீ ஒரு சிறுக்கி. பணக்காரச் சிறுக்கி. அது கவிதை. நான் இப்போது கவிதையால் நிறைத்திருக்கிறேன். அழுகலும் கவிதையுமாக. இதொரு அழுகிய கவிதை."

"நிறுத்துங்கள் ஹாரி. இரக்கமற்ற பிசாசாக நீங்கள் ஏன் உடனே மாறுகிறீர்கள்?"

"நான் எதையும் விட்டு விட்டுப் போக விரும்பவில்லை. நான் என் பொருட்களை விட்டுவிட்டுச் செல்ல விரும்பவில்லை."

★★★

இப்போது மாலையாகியிருந்தது. அவன் அவ்வளவு நேரமும் உறங்கி இருக்கிறான். சூரியன் மலையின் பின்னே விழுந்திருக்க, சமவெளி முழுவதும் ஒரு நிழல் பரவியிருந்தது.

முகாமுக்கு வெகு அருகே தலைதாழ்த்தி மேய்ந்துகொண்டிருந்த சிறிய விலங்குகள் அடிக்கடி வேகமாகத் தங்கள் வாலைச் சுழற்றின. புதருக்கு வெகு தொலைவில் இருந்தபடி அவன் அவற்றை வேடிக்கை பார்த்துக்கொண்டிருந்தான். நிறைய பறவைகள் அதற்குமேல் தரையில் காத்திருக்கமுடியாது என்பது போல ஒரு மரத்தின் கிளைகளில் ஓய்வாக அமர்ந்ததும், மரத்தில் பறவைகள் கூட்டம் அதிகமானது.

அவனுடைய தேவைகளைக் கவனித்துக்கொள்வதற்காகப் பணியமர்த்தப்பட்டிருந்த சிறுவன் படுக்கைக்கு அருகில் அமர்ந்திருந்தான்.

அவன், "எஜமானியம்மா வேட்டைக்குச் சென்றிருக்கிறார். நீங்களும் போக விரும்புகிறீர்களா எசமான்?" என்று கேட்டான்.

"இல்லை."

உணவுக்குச் சிறிதளவு மாமிசத் துண்டாவது கிடைக்கும் என்று அவள் வேட்டைக்குச் சென்றிருக்கிறாள். அவனுக்கு வேடிக்கை பார்ப்பது மிகவும் பிடிக்கும் என்பதை அறிந்ததனால் அவன்

இருந்த இடத்தில் இருந்து பார்த்தால் அவன் கண்களில் படக்கூடிய இந்தச் சிறிய சமவெளியின் போக்குவரத்தை, தான் தொந்தரவு செய்யக்கூடாது என்பதற்காக வெகு சீக்கிரமாகவே அவள் கிளம்பிச் சென்றிருக்கிறாள். அவள் எப்போதும் நிறைய சிந்திப்பதாக அவன் நினைத்தான். தான் அறிந்த எதைப்பற்றியோ, தான் படித்த அல்லது தான் கேள்விப்பட்ட எதைப்பற்றியோ அவள் சிந்தித்துக்கொண்டிருப்பதாக நினைத்தான்.

அவன் வாழ்வு முழுவதுமாக முடிந்துபோன பிறகு அவன் அவளிடம் சென்று சேர்ந்தது அவளுடைய தவறு இல்லை. ஒருவர் பேசுகின்ற எதற்கும் பொருளில்லை என்பதையும், ஒருவர் வெறும் பழக்கத்தினாலும் சௌகரியமாக இருப்பதற்காகவும் மட்டுமே பேசுபவற்றை ஒரு பெண் எப்படி அறிந்துகொள்ளமுடியும்? அவன் தான் சொன்ன எதையும் அந்தச் சொற்களின் உண்மையான அர்த்தத்தில் சொல்லவில்லை என்றான பிறகு அவன் பேசிய உண்மையைவிட, அவனுடைய பொய்கள் பெண்களிடம் மிகுந்த வெற்றி அடைந்தன.

சொல்வதற்கு உண்மை இல்லை என்பதற்காக அவன் பொய் சொல்லவில்லை. அவன் தன் வாழ்க்கையை வாழ்ந்து முடித்துவிட்டான். அதன் பிறகு, அவன் அதை வெவ்வேறு ஆட்களுடன், நிறைய பணத்துடன், அதே பழைய இடங்களில், அவற்றில் சிறப்பானவற்றில், சில புதிய இடங்களில் என மீண்டும் வாழ்ந்தவாறு இருந்தான்.

நீ சிந்திப்பதில் இருந்து விலகி இருக்கிறாய். அது அற்புதமாக இருக்கிறது. நீ உன் உள் உணர்வுகளால் தகவமைக்கப்பட்டு இருக்கிறாய். அதனால் பெரும்பாலானவர்களுக்கு நிகழ்ந்தது போல நீ உடைந்து போகவில்லை. நீ செய்துகொண்டிருந்த வேலையைப் பற்றிச் சிறிதும் கவலைப்படாத ஓர் அணுகுமுறையை நீ கையாண்டாய். ஆனால் இப்போது இனி அதைச் செய்யவே முடியாது. ஆனால் இந்த மக்களைப் பற்றி, பெரிய செல்வந்தர்களைப் பற்றி, அவர்களுள் ஒருவனாக இல்லாத நீ, அவர்களுடைய நாட்டில் ஓர் உளவாளியாக இருந்து, இந்த நாட்டை விட்டுச்சென்றுவிட்டு, அதன் பிறகு அதைப்பற்றி எழுதுவாய், என்ன எழுதுகிறோம் என்பதைப் பற்றி அறிந்த ஒருவனால் அது முதன்முறையாக எழுதப்படுகிறது என்றும் நீ உனக்குள் சொல்லிக்கொண்டாய்.

ஆனால், அதை அவன் ஒருநாளும் செய்யவில்லை. ஏனெனில் ஒவ்வொரு நாளும் எழுதாமல் இருப்பது, அதன் சவுகரியம், தான் இழிவாக நினைக்கும் ஒன்றாகத் தான் இருப்பது, இவையெல்லாம் அவனுடைய எழுதும் திறனை மங்கச் செய்து, உழைக்கும் உறுதியைக் குலைத்து, இறுதியில் அவன் எதுவுமே எழுதவும் இல்லை, செய்யவும் இல்லை. முன்பு அவன் வேலை செய்யாது இருந்தபோது மிக வசதியாக இருந்தவர்களை எல்லாம் அவன் இப்போது அறிந்திருந்தான். அவனுடைய வாழ்வின் மிக மகிழ்ச்சியான நாட்கள் ஆப்பிரிக்காவில்தான் கழிந்தன. ஆகவே அதை மறுபடியும் தொடங்குவதற்கு அவன் இங்கே வந்திருக்கிறான்.

இந்த சஃபாரியை அவர்கள் மிகக் குறைந்த வசதியுடன்தான் தொடங்கினார்கள். இதில் துன்பங்கள் ஏதுமில்லை; ஆனால் ஆடம்பரமும் இல்லை. இதன்மூலமாக தான் பயிற்சி எடுத்துக்கொள்ளமுடியும் என்று அவன் நினைத்தான். ஒரு போர்வீரன் மலைகளுக்குச் சென்று வேலை செய்து பயிற்சி எடுப்பதுபோலத் தன் ஆன்மாவில் இருக்கும் கொழுப்பை இவ்விதமாகக் குறைக்கலாம் என்று நினைத்தான்.

இது அவளுக்குப் பிடித்திருந்தது. இதைத் தான் நேசிப்பதாக அவள் சொன்னாள். உற்சாகமான எது ஒன்றையும், காட்சி மாற்றங்களையும், எங்கு புதிய மனிதர்கள் இருக்கிறார்களோ, எங்கு இனிமையான விஷயங்கள் உள்ளனவோ அவை அனைத்தையும் அவள் நேசித்தாள். உழைப்பதற்கான உறுதியான விருப்பம் தனக்கு மீண்டும் வருவதின் மாயையை அவன் உணர்ந்தான். இது அவன் அறிந்திருந்ததுபோல இப்படித்தான் முடியவேண்டும் என்றால், தன்னுடைய வால் போய்விட்டதற்காகத் தன்னையே கொத்திக்கொள்ளும் நாகத்தைப்போல தான் திரும்பிப்போகக் கூடாது என்று நினைத்தான். இது அந்தப் பெண்ணின் குற்றமல்ல. அவள் இல்லை என்றால் அது வேறு ஒருவராக இருந்திருக்கும். அவன் ஒரு பொய்மையுடன் வாழ்ந்தான் எனில், அதனுடனேயே அவன் மரணிக்கவேண்டும். குன்றுக்கு அந்தப் பக்கம் இருந்து ஒரு குண்டு வெடிக்கும் ஓசையை அவன் கேட்டான்.

இவள், இந்தப் பணக்கார சிறுக்கி, கருணையான தாதி, அவனுடைய திறமையை அழிப்பவள், மிக நன்றாக வேட்டையாடினாள். இப்படி நினைப்பது எந்த அர்த்தமுமற்றது! அவன் தன் திறமையைத் தானே அழித்துக்கொண்டான். தன்னை நன்றாகக்

கவனித்துக்கொள்கிற இந்தப் பெண்ணை ஏன் குறை கூறவேண்டும்? அவன் தன்னுடைய திறமையைப் பயன்படுத்தாமல் விட்டும், தனக்கும் தான் நம்பியவற்றுக்கும் தானே துரோகம் செய்தும், தன்னுடைய புலனுணர்வை மழுங்கடிக்கும் அளவுக்குக் குடித்தும் தன்னுடைய சோம்பேறித்தனத்தால் வேலை செய்ய விருப்பமற்றும், தன்னுடைய போலி கவுரவத்தாலும் பெருமையாலும் பகைமையாலும் எப்படியெப்படியோ தன் திறமையை அழித்தான். என்ன இது? பழைய நூல்களின் பெயர் வரிசைப் பட்டியலா? அவனுடைய திறமைதான் என்ன? அது திறமை. சரிதான். ஆனால் தன் திறமையைப் பயன்படுத்துவதற்குப் பதிலாக அவன் அதை நியாயமற்ற முறையில் தனக்கு அனுகூலமாக பயன்படுத்திக்கொண்டான். அது, எப்போதுமே அவன் என்ன செயலைச் செய்தான் என்பதாக இல்லாமல் அவனால் என்ன செய்யமுடிந்தது என்பதாக இருந்தது. அவன் தன்னுடைய வாழ்க்கையை நடத்துவதற்கு பேனாவையோ பென்சிலையோ பயன்படுத்தாமல் வேறு ஒன்றைத் தேர்வு செய்தான். இது விந்தையாக இருக்கிறது இல்லையா? வேறு ஒரு பெண்ணுடன் அவன் காதலில் விழுகிறபோது அந்தப் பெண் அதற்கு முந்தைய பெண்ணைவிட அதிக செல்வமுள்ளவளாக இருந்தது எவ்வாறு?

மற்ற எல்லாப் பெண்களையும்விட அதிக செல்வமுள்ள, ஒருவர் அடையக்கூடிய எல்லா செல்வத்தையும் தன்னகத்தே கொண்டிருக்கிற, கணவனும் குழந்தையும் இருக்கிற, காதலர்கள் இருந்தும் அவர்களிடம் அதிருப்தியுற்றிருந்த இந்தப் பெண் அவனை ஒரு எழுத்தாளனாக, ஒரு மனிதனாக, உடனிருக்கும் துணையாக, பெருமை மிகுந்த ஓர் உடமையாக மிகவும் நேசித்தாள்.

அவன் அவளை நேசிக்கவே இல்லை. பொய்தான் சொல்லிக்கொண்டிருக்கிறான் எனும்போது அவன் உண்மையாக நேசித்தவர்களிடம் காட்டியதைவிட அதிகமான அன்பை அவளுடைய பணத்துக்காகத் தரவேண்டும் என்பது அவனுக்கு விந்தையாக இருக்கிறது. நாம் செய்யும் விஷயங்களுக்கு நாமே பொறுப்பேற்கவேண்டும் என்று அவன் நினைத்தான். எப்படியாவது நம் வாழ்க்கையை நடத்துவதில்தான் நம்முடைய திறமை இருக்கிறது. அவன் தன் உயிர் சக்தியை வாழ்க்கை முழுக்க ஏதோ ஒரு வடிவத்தில் விற்றுவந்தான். ஆழமான அன்பு இல்லையெனில் அவ்விடத்தில் பணமே அதி சிறப்பான மதிப்பைப் பெறுகிறது

என்பதை அவன் கண்டுபிடித்துவிட்டான். ஆனால், இவற்றை அவன் இப்போது மட்டுமில்லை, என்றைக்கும் எழுதமாட்டான். எழுதுவதற்கு மிகச் சிறப்பான ஒன்றாக இருந்தபோதிலும் அதை அவன் ஒருபொழுதும் எழுதமாட்டான்.

முகாமுக்கு எதிரே இருந்த திறந்தவெளியில் அவள் நடந்து வருவது இப்போது அவன் கண்ணுக்குத் தெரிந்தது. அவள் ஜோத்புராவை அணிந்திருந்தவள், தன்னுடைய சுழல் துப்பாக்கியைக் கையில் ஏந்தியிருந்தாள். அவளைத் தொடர்ந்து வந்த இரண்டு சிறுவர்களின் தோளில் ஒரு ஆட்டுக்குட்டி இருந்தது. பார்வைக்கு இன்னமும் அழகான பெண்ணாக, நல்ல உடல்வாகுடன் இருக்கிறாள் என்றும் அவளைப் பற்றி நினைத்துக்கொண்டான். படுக்கையறையில் திறமையுடன் செயல்படும் அவளுக்கு அதில் மிகுந்த விருப்பம் இருந்தது. அவள் அழகி இல்லை தான். ஆனாலும் அவனுக்கு அவளுடைய முகம் பிடித்திருந்தது. அவள் நிறைய வாசிப்பவள்; குதிரை ஓட்டவும் வேட்டையாடவும்கூட விரும்பினாள்; நிச்சயமாக அதிகமாகக் குடித்தாள். அவளுடைய மிக இளம் வயதிலேயே அவளுடைய கணவன் இறந்துவிட்டான். பிறகு சில காலம்வரை தன்னுடைய இரண்டு குழந்தைகளுக்குத் தாயாகத் தன்னை அர்ப்பணித்துக்கொண்டு அவர்களை வளர்த்தாள்.

வளர்ந்த பிறகு அவர்களுக்கு அவள் தேவைப்படவில்லை. அவர்கள் அவளுடைய குதிரைத் தொழுவத்தை, புத்தகங்களை, மதுக் குப்பிகளை அத்துடன் அவளுடன் இருப்பதையே அவமானமாக நினைத்தார்கள். அவள் இரவு உணவுக்கு முன் வாசிக்க விரும்பினாள். வாசிக்கும்போது ஸ்காட்ச்சும் சோடாவும் பருகுவாள். இரவு உணவுக்குள் அதிகமாகக் குடிப்பவள், வழக்கமாக இரவு உணவில் ஒரு பாட்டில் வொய்னும், அதற்குப் பிறகு உறங்குவதற்குத் தேவையான அளவும் குடிப்பாள். இதெல்லாம் காதல் உறவுகள் தோன்று முன் நிகழ்ந்தவை. காதலர்கள் உருவான பிறகு அவளுக்குக் குடிப்பதற்கு அவ்வளவாகப் பிடிக்கவில்லை. ஏனெனில் அதன் பிறகு உறங்குவதற்காகக் குடிக்கவேண்டிய அவசியம் ஏற்படவில்லை. எப்போதும் சலிப்புத் தட்டாத ஒரு ஆணை அவள் முன்பு மணந்திருந்தாள். ஆனால் இந்தக் காதலர்கள் அவளுக்கு மிகுந்த சலிப்பைத் தந்தனர். இதற்கிடையில் அவளுடைய இரண்டு குழந்தைகளில் ஒன்று விமான விபத்தில் உயிர் இழந்தது. அதற்குப் பிறகு அவளுக்குக் காதலர்கள் தேவைப்படவில்லை. குடி ஒரு மயக்க மருந்து இல்லை என்பதால்

அவள் இன்னொரு வாழ்க்கையைத் தேட வேண்டியதாயிற்று. திடீரெனத் தனிமையின் அச்சம் அவளை மிக அதிகமாகச் சூழ்ந்தது. தான் மதிக்கக்கூடியவராக ஒருவர் அவளுக்குத் தேவைப்பட்டார்.

அது மிக இயல்பாகத் தொடங்கியது. அவனுடைய எழுத்து அவளுக்குப் பிடித்திருந்தது. அவன் வாழ்ந்த வாழ்க்கையைப் பார்த்து அவள் எப்போதுமே பொறாமைப்பட்டாள். அவன் எதை விரும்பினானோ அதைத் துல்லியமாகச் செய்ததாக அவள் நினைத்தாள். அவனை அடைவதற்கு அவள் மேற்கொண்ட முயற்சிகள், இறுதியாக அவள் எவ்விதத்தில் அவன்மீது காதலில் விழுந்தாள் என்பவை எல்லாம் உண்மையில் அவள் தன் புதிய வாழ்க்கையைக் கட்டமைப்பதற்கான சீரான முன்னேற்றத்தின் ஒரு பகுதியே எனலாம். அவனோ தன்னுடைய பழைய வாழ்க்கையின் எச்சங்களை அவற்றுடன் பண்டமாற்று செய்துகொண்டான்.

அவளுடைய பாதுகாப்புக்காகவும் வசதிக்காகவும் அவன் அந்த அன்பை ஓர் வியாபார யுத்திபோலப் பயன்படுத்திக்கொண்டான் என்பதன்றி வேறு எதற்காக? இதில் மறைப்பதற்கு எதுவுமில்லை. அவன் எதை விரும்பினாலும் அவனுக்காக அவள் அதை வாங்கித் தந்திருப்பாள். இது அவனுக்குத் தெரியும். அவள் மிகச் சிறப்பான பெண்ணும்கூட. மற்ற எவரையும்விட அவளுடன் விரைவாக அவனால் படுக்கைக்குச் செல்லமுடியும். ஏனெனில் அவள் மிகுந்த செல்வம் உடையவள், மிக இனிமையானவள், பாராட்டுகளைத் தெரிவிப்பவள். அத்துடன், படுக்கைக்குச் செல்வது பற்றி அவள் எப்பொழுதும் அலட்டிக்கொண்டதில்லை.

இரு வாரங்களுக்கு முன்பு அவர்கள் ஒரு மான்கூட்டத்தை படம் பிடிக்க முயன்றனர். அப்போது அவர்கள் இருவருடைய தலைகளும் மேல்நோக்கிக் கிடக்க, நாசிகள் காற்றுக்காய் அலைய, திடீரெனத் தாங்கள் புதரை நோக்கி வீசப்பட்டதின் முதல் ஒலியை அவர்களுடைய காதுகள் கேட்டன; ஒரு முள் அவனுடைய முழங்காலைக் கீறியது. புகைப்படம் எடுக்காமல் அவர்கள் அந்த இடத்தை விட்டுக் கிளம்பினர். அந்தக் காயத்திற்கு அவன் அயோடினைப் பயன்படுத்தாமல் விட்டதால் அவள் மறுபடி கட்டமைத்த இந்த வாழ்வு ஒரு முடிவுக்கு வந்துகொண்டிருக்கிறது.

அவள் இப்போது அவனருகே வந்துவிட்டாள். கட்டிலின் மீதிருந்து தன் தலையை அவளை நோக்கித் திருப்பி, “ஹலோ” என்றான்.

“ஒரு கிடா ஆட்டுக்குட்டியை நான் வேட்டையாடினேன். வேலைக்காரன் அதை வைத்து ஒரு நல்ல குழம்பு செய்வான். அத்துடன் பால் பவுடரில் சில உருளைக்கிழங்குகளைக் குழைத்துத் தரச் செய்கிறேன். நீங்கள் எப்படி இருக்கிறீர்கள்?” என்றாள்.

“முன்பைவிட இப்போது பரவாயில்லை.”

“அருமை. இல்லையா? நீங்கள் இப்படி உணர்வீர்கள் என்று நான் நினைத்துக்கொண்டிருந்தேன். நான் சென்றபோது நீங்கள் தூங்கிக்கொண்டிருந்தீர்கள்.”

“நன்றாக உறங்கினேன். நீ அதிக தொலைவு நடந்தாயா?”

“இல்லை. குன்றுக்குப் பின்புறமாகச் சிறிது தூரம்தான். கிடா ஆட்டை மிகச் சரியாகக் குறிபார்த்து வேட்டையாடினேன்.”

“நீ அற்புதமாக வேட்டையாடுகிறாய் என்பது உனக்குத் தெரியுமா?”

“நான் இதை நேசிக்கிறேன். நான் ஆப்பிரிக்காவை நேசிக்கிறேன். உண்மையாகச் சொல்கிறேன். நீங்கள் நன்றாக இருந்திருந்தால் நான் இதுவரை சென்றதிலேயே மகிழ்ச்சியான பயணம் இதுவாகத்தான் இருக்கும். உங்களோடு வேட்டையாடியது எனக்கு மிகுந்த மகிழ்ச்சி தருகின்ற ஒன்று என்பது உங்களுக்குத் தெரியாது. இந்த நாட்டை நான் நேசிக்கிறேன்."

“நானும் அதை நேசிக்கிறேன்”

“அன்பே, நீங்கள் நலமாக உணர்வதைப் பார்ப்பது எவ்வளவு அற்புதமாக இருக்கிறது என்பது உங்களுக்குத் தெரியாது. நீங்கள் முன்பு நம்பிக்கையற்று உணர்ந்தபோது என்னால் அதைத் தாங்கிக்கொள்ளவே முடியவில்லை. நீங்கள் அதுபோல் மீண்டும் என்னுடன் பேசமாட்டீர்கள் இல்லையா? எனக்கு சத்தியம் செய்து தாருங்கள்.”

“இல்லை. நான் என்ன பேசினேன் என்று எனக்கு நினைவில்லை.”

“நீங்கள் என்னை அழித்துவிடாதீர்கள். சரியா? நான் உங்களை நேசிக்கிற, நீங்கள் நினைப்பதை எல்லாம் செய்கிற ஒரு நடுத்தர வயதுப் பெண். இதற்கு முன்பே இரண்டு அல்லது மூன்றுமுறைகள் நான் அழிக்கப்பட்டுவிட்டேன். என்னை மீண்டும் வீழ்த்தவேண்டும் என்று நீங்கள் நினைக்கமாட்டீர்கள்தானே?”

“உன்னைப் படுக்கையில் சில முறைகள் வீழ்த்தவேண்டும் என்று நான் விரும்புகிறேன்” என்றான் அவன்.

“ஆம். அது நல்ல வீழ்ச்சி. நாம் அவ்விதமாக வீழ்வதற்காகவே படைக்கப்பட்டவர்கள். நாளை இங்கு விமானம் இருக்கும்.”

“உனக்கு எப்படித் தெரியும்?”

“எனக்கு நிச்சயமாகத் தெரியும். அது வந்தே தீரும். விமானம் தரையிறங்குவதற்காகத் திடமான மண்ணை உருவாக்குவதற்கான மரத் துண்டுகளும் புல்லும் சிறுவர்களிடம் ஏற்கனவே தயாராக உள்ளது. இன்று நான் மறுபடியும் கீழே சென்று அதைப் பார்வையிட்டேன். விமானம் தரையிறங்குவதற்குத் தேவையான நிறைய இடமும் இருக்கிறது. இரண்டு முனைகளிலும் திடமான மண் நம்மிடம் உள்ளது.”

“நாளை விமானம் வரும் என்று எது உன்னை நினைக்க வைக்கிறது?”

“நிச்சயமாக. அது நாளை வரும் என்று எனக்குத் தெரியும். வெகுகாலத்திற்கு முன்பே வந்திருக்கவேண்டியது. அதன் பிறகு உங்களுடைய கால் நகரத்தில் சரி செய்யப்படும். அச்சமூட்டும் கொடிய விதமாக இல்லாமல் இனிமையான நம் கட்டில் வீழ்ச்சிகளை அதற்குப் பிறகு நாம் மேற்கொள்வோம்.”

“சூரியன் கீழே இறங்கிவிட்டான். நாம் ஒரு பானத்தை அருந்துவோம்.”

“உங்களுக்கு மது வேண்டும் என்று நீங்கள் நினைக்கிறீர்களா?”

“நான் இப்போது ஒன்றை எடுத்துக்கொண்டிருக்கிறேன்.”

“நாம் இருவரும் சேர்ந்து ஒன்றைக் குடிப்போம். “மோலோ, எங்களுக்கு விருப்பமான விஸ்கியையும் சோடாவையும் கொண்டுவா” என்று அவள் கூப்பிட்டாள்.

அவன் அவளிடம், “கொசுவிலிருந்து நம்மைப் பாதுகாக்கும் காலுறைகளை நீ அணிந்துகொள்வது நல்லது” என்றான்.

“நான் குளித்த பிறகு அவற்றை அணிவேன்.”

இருள் கவியத் தொடங்கும்போது அவர்கள் குடித்தார்கள். வேட்டையாடுவதற்குப் போதுமான வெளிச்சம் இல்லாத,

முழுமையான இருளுக்கு முந்தைய அந்தத் தருணத்தில், சிறுத்தை ஒன்று, தான் பயணித்த பாதையில், குன்றைச் சுற்றியிருந்த அந்த இடத்தைக் கடந்தது.

"அந்த வேசி மகன் ஒவ்வொரு இரவும் இந்த இடத்தைக் கடக்கிறான். இரு வாரங்களாக ஒவ்வொரு இரவும்" என்றான் அவன்.

"இரவுகளில் எழும் அந்த ஓசை இவனுடையதுதான். அது எனக்குப் பரவாயில்லை. ஆனால் இவை கீழ்மையான விலங்குகள்."

ஒன்றாகக் குடித்தபடி ஒரே நிலையில் படுக்கையில் கிடந்ததால் அசௌகரியமாக இருந்ததேதவிர வலி இல்லை. சிறுவர்கள் நெருப்பு மூட்டிக்கொண்டிருந்தார்கள். அதன் நிழல், குடில்களின்மேல் குதித்துக்கொண்டிருந்தது. மகிழ்வான, சரணாகதி அடைந்த தன் வாழ்வில் மீண்டும் வசந்தம் திரும்புவதை அவனால் உணரமுடிந்தது. அவள் அவனிடம் மிக அன்பாய் இருந்தாள். இன்று மதியம் அவன் குரூரமாக நியாயமற்ற முறையில் நடந்துகொண்டான். அவள் உண்மையாகவே அற்புதமான ஒரு நல்ல பெண். இப்படிச் சிந்தித்துக்கொண்டிருக்கும் அந்த நொடியிலும் தான் இறந்து கொண்டிருக்கிறோம் என்று அவனுக்குத் தோன்றியது.

அந்த எண்ணம் மிக வேகமாக வந்தது. நீரின் வேகத்தைப்போலவோ காற்றின் வேகத்தைப்போலவோ அல்லாமல் வெறுமைத்தன்மையின் துர்நாற்றத்துடன் திடீரென வந்தது.

அவள், "என்ன ஹாரி?" என்று கேட்டாள்.

"ஒன்றுமில்லை நீ அந்தப் பக்கமாக நகர்ந்து போ. காற்றுக்கு எதிர்ப்புறமாக."

"மோலோ காயத்தின்மீதுள்ள கட்டுகளை மாற்றினானா?"

"ஆமாம். நான் இப்போது போரிக்மட்டும் பயன்படுத்துகிறேன்"

"எப்படி இருக்கிறது?"

"சிறிது தடுமாற்றமாக."

"நான் குளிக்கப்போகிறேன். சிறிது நேரத்தில் வந்துவிடுவேன். நாம் இருவரும் உணவு உண்ட பிறகு கட்டிலை உள்ளே கொண்டு போய்ப் போட்டுவிடலாம்."

ஆக நாம் ஒரு சண்டையைச் சிறப்பாக நிறுத்திவிட்டோம் என்று அவன் தனக்குள் சொல்லிக்கொண்டான். இந்தப் பெண்ணுடன் அவன் இதுவரை அவ்வளவாகச் சண்டையிட்டது இல்லை. சண்டையினால் ஏற்பட்ட உரசல்களால் தாங்கள் அதுவரை பகிர்ந்துகொண்ட ஒன்றை எப்போதுமே, இறுதியில், அழித்துக்கொள்ளும் அளவுக்கு அவன் தான் காதலித்த மற்ற பெண்களிடம் சண்டையிட்டுள்ளான். அவன் நிறைய காதலித்தான். நிறைய உரிமை கோரினான். எல்லாவற்றையும் தேய்வுறச் செய்து அழித்தும்விட்டான்.

பாரீஸில் இருந்து கிளம்புவதற்கு முன்பு அவன் இட்ட சண்டையைப் பற்றி கான்ஸ்டாண்ட்டிநோபிலில் தனிமையில் இம்முறை அவன் நினைத்துப் பார்த்தான். அந்தக் காலகட்டம் முழுதும் வேசித் தன்மையுடன் நடந்துகொண்டவன், அது முடிவுக்கு வந்தபின் தன் தனிமையை அழிக்க முயற்சித்துத் தோல்வியுற்றான். அது நிலைமையை மோசமாக்கியது மட்டுமல்லாமல் என்றென்றைக்கும் அவனால் அதை மாற்றமுடியாமல் போனது. தன்னைப் பிரிந்துபோன தன் முதல் காதலிக்கு இதுகுறித்து அவன் ஒரு கடிதம் எழுதினான்.

முன்பு ஒருமுறை ரீஜென்சிக்கு வெளியே அவளைப் பார்த்ததுபோல் தோன்றியதையும், உள்ளுக்குள் நோய்மையும் மயக்கமுமான உணர்வு ஏற்பட்டதையும், ஏதோ ஒருவிதத்தில் அவளைப் போன்ற தோற்றமுடைய ஒரு பெண்ணை போல்வார்ட் நெடுகிலும் அவன் பின்தொடர்ந்து சென்றதையும் அருகில் சென்று பார்த்தபோது அது அவள் இல்லை என்று அறிந்ததும் ஏற்பட்ட அச்சத்தையும் எழுதினான். அவன் படுக்கையைப் பகிர்ந்துகொண்ட ஒவ்வொருவரும் எப்படி அவளையே அதிகமாக நினைவுகூர வைத்தார்கள்? அவள் செய்தது எப்போதும் அவனுக்கு ஒரு பொருட்டாகவே ஏன் இல்லை? ஏனெனில் அவள் மீதிருந்த காதல் தன்னை நோயிலிருந்து தன்னைக் குணப்படுத்தவே முடியாது என்று அவன் அறிந்திருந்தான். அவன் இந்தக் கடிதத்தைக் க்ளப்பின் மிதமான குளிரில் எழுதி நியூயார்க்குக்கு அஞ்சலில் அனுப்பினான். பாரீசில் இருந்த தன்னுடைய அலுவலகத்துக்குப் பதில் கடிதம் எழுதுமாறு அதில் குறிப்பிட்டிருந்தான். அதுவே பாதுகாப்பானதாக அப்போது அவனுக்குத் தோன்றியது. அவளைப் பிரிந்த வேதனை அன்று இரவு மிக அதிகமாக இருந்தது. வெறுமை ஒரு நோயாக உள்ளுக்குள் குமைந்தது.

அவன் உலவிக்கொண்டே மேக்சிம்வரை சென்று ஒரு பெண்ணைத் தேர்ந்து இரவு உணவுக்கு அழைத்துச் சென்றான். பிறகு அவளுடன் நடனம் ஆடுவதற்காக ஓர் இடத்திற்குச் சென்றான். அவள் மோசமாக நடனம் ஆடினாள். அங்கு கவர்ச்சியான ஒரு ஆர்மேனியன் விலைமகளைப் பார்த்ததும் இவளை விட்டுவிட்டு அவளிடம் சென்றான். அந்த விலைமகளின் பருத்த வயிறு அவன் தோலை அறுத்துவிடுமளவிற்கு ஊஞ்சல் ஆடியது. அப்போது அங்கு அவளுடன் இருந்த பிரிட்டிஷ் ராணுவ வீரன் அவனை வெளியே வருமாறு அழைத்தான். அவர்கள் இருண்டிருந்த அந்தத் தெருவில் கூழாங்கற்களின்மீது சண்டையிட்டார்கள். அவனுடைய தாடையில் இருமுறை கடினமாகக் குத்தியபோதும் ராணுவ வீரன் கீழே விழவில்லை என்றதும் அவன் சண்டைக்குத் தயாராக இருப்பதை இவன் அறிந்துகொண்டான். அந்த வீரன் இவன் கண்களையும் உடலையும் தாக்கினான். இவன் இடது கையால் தாக்கியதும், இவன்மீது விழுந்த அந்த வீரன் இவனை இழுத்துக்கொண்டே போய் காரின் பின்பக்கம் வைத்து அவனை அடித்துத் துவைத்தான். அந்த ராணுவ வீரன் கீழே விழுந்தபோது அவன் தலையில் காயமேற்பட்டது. பாராளுமன்ற உறுப்பினர் வந்துகொண்டிருக்கிறார் எனும் ஓசையைச் செவியுற்றதும் இவன் அந்த வீரனை அப்படியே விட்டுவிட்டு அந்தப் பெண்ணுடன் அந்த இடத்தை விட்டு ஓடிவிட்டான்.

பிறகு அவர்கள் ஒரு வாடகை வாகனத்தில் ஏறி ரிம்மிலி ஹிஸ்ஸாவை நோக்கி பாஸ்ஃபோரஸ் வழியே சென்றார்கள். தான் கணித்ததைப்போலவே அவள் மிகக் கனிந்து இருப்பதை அவன் அந்தக் குளுமையான இரவில் படுக்கையில் அறிந்தான். ஆனால் ரோஜா இதழைப்போல மென்மையாக, பாகுபோன்று வழுவழுப்பாக, மெல்லிய தொப்பையுடன், பெருத்த மார்புகளுடன், பிட்டங்களுக்குக் கீழே தலையணைகள் வைக்கத் தேவைப்படாத ஓர் செழிப்புடன் அவள் இருந்தாள். பகலின் முதல் வெளிச்சக் கீற்றில் ஒரு விலைமகளாக நிச்சயத் தோற்றங்காட்டும் அவள் கண் விழிப்பதற்கு முன் அவன் அங்கிருந்து விலகிச் சென்றான். கிழிந்திருந்த சட்டையின் கைப் பகுதியை மேலங்கியால் மறைத்துப் போர்த்தியபடி காயத்தால் கன்றியிருந்த கண்களுடன் பெரா அரண்மனை இருக்கும் இடத்தை வந்தடைந்தான்.

அன்று இரவே அவன் அணடோலியாவை நோக்கிப் பயணித்தான். பிறகு அந்தப் பயணத்தில் கஞ்சாவுக்காகப் பயிர் செய்யப்பட்டிருந்த கசகசா வயல்களினூடாகப் பயணித்தபோது தான் எவ்வளவு விநோதமாக உணர்ந்தோம் என்பது அவன் நினைவுக்கு வந்தது. புதிதாக வந்து சேர்ந்த, ஒன்றுமறியாத காண்ஸ்டாண்ட்டின் அதிகாரிகளைத் தாக்கியது, பீரங்கிப் படைப் பிரிவுகளைச் சுட்டது, அப்போது அங்கிருந்த ஒரு பிரிட்டிஷ் பார்வையாளன் குழந்தையைப்போல அழுதது என தான் பயணித்த அத்தனை பாதைகளும் இறுதியில் அவனுக்குத் தவறானவையாகத் தெரிந்தன.

பாலே நடனக் கலைஞர்கள் அணியும் அரைப் பாவாடையுடன், தலைகீழாக ரிப்பன் கட்டப்பட்ட காலணிகளுடன் ஆண்கள் இறந்து கிடப்பதை அந்த இரவில்தான் அவன் முதன்முதலில் கண்டான். துருக்கியர்கள் நிதானமாகவும் கூட்டமாகவும் வந்தார்கள். அரைப் பாவாடை அணிந்த ஆண்கள் ஓடுவதையும் அதிகாரிகள் அவர்களைத் துரத்திக்கொண்டு ஓடியபடியே சுடுவதையும் பார்த்தான். அந்த பிரிட்டிஷ் பார்வையாளர் தன் நுரையீரல் வலிக்கும் அளவுக்கு ஓடினார். அவருடைய வாய் முழுவதும் சில்லறைக் காசுகளின் உலோகச் சுவை நிறைந்திருந்தது. அவர்கள் பாறைகளுக்குப் பின்னால் மறைந்து நின்றபோது துருக்கியர்கள் வழக்கம்போலப் பெருந்திரளாக வந்தார்கள்.

பிறகு அவன் நினைத்தே பார்க்கமுடியாத விஷயங்களை,மிக மோசமானவற்றைப் பார்த்தான். ஆகவே அவன் பாரீசுக்குத் திரும்பச் சென்றபோது அதைப்பற்றி அவன் பேச முடியாதுபோனது. அல்லது, சொல்வதற்கு அவனுக்கு சக்தி இல்லாமல்போனது. அங்கு காபி குடிக்கும் இடமொன்றை அவன் கடந்தபோது அமெரிக்கக் கவி ஒருவன் தேநீர்க் கோப்பைக் குவியல்களைத் தன் முன்வைத்து அமர்ந்து இருப்பதைப் பார்த்தான். உருளைக்கிழங்கு போன்ற அவனுடைய முகத்தில் ஒரு முட்டாள்தனமான பார்வை இருந்தது. தன் பெயரை ட்ரிஸ்டன் ஜாரா என்று சொல்லிக்கொண்ட ஒரு ரோமானியனிடம் தாதா அமைப்பைப் பற்றி அவன் பேசிக்கொண்டிருந்தான். அந்த ட்ரிஸ்டன் ஜாரா நிலைத்த தலைவலியுடன் ஒற்றை மூக்குக்கண்ணாடி ஒன்றை எப்போதும் அணிந்திருந்தான். சச்சரவுகள், கோபங்கள் தீர்ந்து, வீடு திரும்பிய மகிழ்வுடன் தான் மறுபடி நேசிக்க ஆரம்பித்திருந்த தன் மனைவியோடு அந்த அடுக்ககத்தில் அவன் தன் வாழ்வைத்

தொடங்கியபோது அவனுடைய அலுவலகம் அந்தக் கடிதத்தை அவன் வீட்டு முகவரிக்கு அனுப்பியது. அவன் முன்பு எழுதிய கடிதத்திற்கான பதில் கடிதம் தட்டு ஒன்றின்மீது வைக்கப்பட்டு ஒரு நாள் காலை அவனிடம் வந்து சேர்ந்தது. அந்தக் கையெழுத்தைக் கண்டவுடன் அவன் உடம்பு முழுதும் சில்லிட்டது. அந்தக் கடிதத்தைக் கீழே நழுவவிட்டு அதை இன்னொரு கடிதத்தின் கீழ் மறைத்துவிட முயற்சி செய்தான். ஆனால் அவன் மனைவி, "அது யாருடைய கடிதம், அன்பே?" என்று கேட்டாள். அதுதான் அந்த உறவு முடிவதற்கான ஆரம்பமாக இருந்தது.

அவன் அவர்களுடைய சிறந்த நாட்களையும் சச்சரவுகளையும் நினைவில் வைத்திருந்தான். அவர்கள் எப்போதும் சச்சரவுகளுக்கு மிகச் சிறந்த இடத்தையே தேர்ந்தெடுத்தார்கள். அவர்கள் ஏன் எப்போதும் அவன் மிகச் சிறப்பாக உணர்கையிலேயே சண்டையிட்டார்கள்? அவன் அதைப்பற்றி எதையும் எழுதவில்லை. ஏனெனில் அவன் யாரையும் காயப்படுத்த விரும்பவில்லை. அத்துடன் எழுதுவதற்கு அதைத்தவிர நிறைய விசயங்கள் இருப்பது அவனுக்குத் தெரிந்தது. ஆனால் இறுதியில் அவன் அவற்றை எழுதுவான் என்றே எப்போதும் நினைத்தான். எழுதுவதற்கு நிறைய இருக்கிறது. அவன் உலகம் மாறியதைப் பார்த்தான். வெறும் நிகழ்வுகள் மட்டுமல்ல. சின்னஞ் சிறிய மாற்றங்களை அவன் பார்த்திருக்கிறான். வெவ்வேறு காலகட்டங்களில் மக்கள் எப்படி இருந்தார்கள் என்பது அவனுக்கு நினைவிருக்கிறது. அவன் அவற்றின் இடையே இருந்து அவற்றைக் கவனித்திருக்கிறான். அதைப் பற்றி எழுதுவது அவனுடைய கடமை. ஆனால் இப்போதுள்ள நிலையில் அதை என்றைக்கும் அவனால் செய்யமுடியாது.

குளித்து முடித்த பிறகு கூடாரத்தை நோக்கி வந்தவள் "நீங்கள் இப்போது எவ்வாறு உணர்கிறீர்கள்?" என்று கேட்டாள்.

"நன்றாக இருக்கிறேன்."

"சாப்பிடுகிறீர்களா?" என்று கேட்டாள்.

மோலோ மடக்கு மேசையுடனும் இன்னொரு சிறுவன் பாத்திரங்களுடனும் அவளுக்குப் பின்னால் நிற்பதைப் பார்த்தான்.

"நான் எழுத விரும்புகிறேன்" என்றான் அவன்.

"நீங்கள் உங்களுடைய உடலை வலுவூட்டுவதற்காக சிறிது உணவு எடுத்துக்கொள்ள வேண்டும்."

"நான் இன்றிரவு இறக்கப்போகிறேன். எனக்கு எந்த வலுவும் தேவையில்லை!" என்றான்.

"தயவுசெய்து விளையாடாதீர்கள்" என்றாள்.

"உன்னுடைய மூக்கை ஏன் பயன்படுத்தமாட்டேன் என்கிறாய்? என் தொடைவரை இப்போது அழுகிவிட்டது. என்ன இழவிற்கு என்னை முட்டாள் ஆக்குகிறாய்? மோலோ, விஸ்கியும் சோடாவும் கொண்டு வா."

"தயவு செய்து உணவு எடுத்துக் கொள்ளுங்கள்" என்று அவள் அன்பாகச் சொன்னாள்.

"சரி."

உணவு மிகச் சூடாக இருந்தது. அவன் அது குளிர்ச்சி அடையும்வரை கையிலேயே பாத்திரத்தை வைத்திருக்கும்படியானது. பிறகு அரற்றிக்கொண்டிராமல் அவன் அதை உண்ணத் துவங்கினான்.

"நீ ஒரு சிறந்த பெண். நான் பேசுவதை எல்லாம் கண்டுகொள்ளாதே" என்றான்.

அவள் 'ஸ்பர் அண்ட் டவுன் அண்ட் கண்ட்ரி' கவிதை வரிகளில் குறிப்பிட்டிருந்ததைப் போன்ற புகழும் நேசமும் மிகுந்திருந்தாலும் குடிப்பதற்கும் படுக்கைக்கும் பொருந்தாத ஒரு முகத்துடன் அவனைப் பார்த்தாள். இத்தனை நல்ல மார்புகளை, இவ்வளவு பயனுள்ள தொடைகளை, இவ்வளவு மென்மையான சிறிய வருடுகின்ற கரங்களை எப்போதும் 'ஸ்பர் அண்ட் டவுன் அண்ட் கண்ட்ரி' வெளிப்படுத்தியதில்லை என நினைத்தான். அவன் அவளை நிமிர்ந்து பார்த்து அவனுக்கு மிகப் பழக்கமான அவளுடைய இனிய புன்னகையை எதிர்கொண்டபோது, மரணம் தன்னை நோக்கி வந்துகொண்டிருப்பதை அவன் உணர்ந்தான். இம்முறை ஏதும் அவசரமில்லை. அது ஒரு மெல்லிய புகை. காற்று எப்படி ஒரு மெழுகுவர்த்தியைப் படபடக்கச் செய்து தழலை மேற்புறம் கொண்டு செல்லுமோ அப்படி.

"அவர்கள் என்னுடைய வலையை வெளியே கொண்டுவந்து மரத்தில் தொங்கவிட்டுப் பிறகு நெருப்பை மூட்டட்டும். இன்று

இரவு நான் கூடாரத்துக்குச் செல்லவில்லை. இனி இங்கிருந்து நகர்வதற்கு எந்த மதிப்பும் இல்லை. இது தெளிவான இரவு. இன்று மழை இருக்காது.”

ஆக, இறப்பு என்பது நாம் கேட்கமுடியாத கிசுகிசுப்பாக இப்படித்தான் இருக்கும். நல்லது. இனி சச்சரவுகள் இல்லை. அவன் சத்தியம் செய்து இதைச் சொல்லமுடியும். அவனுக்கு இதுவரை இல்லாதிருந்த ஓர் அனுபவத்தை அவன் இப்போது அழிக்கப்போகிறான். அனேகமாக அழித்துவிடுவான். அவன் எல்லாவற்றையும் அழித்திருந்தாலும் ஒருவேளை இதை அழிக்காமல் போகலாம்.

“உன்னால் கட்டளைகளை ஏற்றுக்கொள்ளமுடியாது என்கிறேன். இல்லை, உன்னால் முடியும் என்கிறாயா?”

“நான் அதைக் கற்றுக்கொள்ளவில்லை” என்றாள் அவள்.

“அது பரவாயில்லை.”

நேரமில்லை. நிச்சயமாக. சரி என்று அறிந்த எல்லாவற்றையும் ஒரு பத்திக்குள் இட முடிந்தாலும் அது தொலைவாகத் தெரிந்தது. ஏரிக்குப் பின்பக்கம் குன்றின்மீது ஒரு மர வீடு இருக்கிறது. மக்களை உணவுக்கு அழைப்பதற்காகக் கதவுக்கு அருகே கம்பத்தின்மீது ஒரு மணி இருக்கிறது. வீட்டுக்குப் பின் நிலங்களும் நிலங்களுக்குப் பின் மரங்களும் தெரிந்தன. வரிசையாக நின்ற நெட்டிலிங்க மரங்கள் வீட்டிலிருந்து கப்பல் கட்டும் துறைவரை நீண்டிருந்தன. அவற்றில் சில மரங்கள் கண்ணுக்கெட்டிய தொலைவுவரை நீண்டன. மரங்களின் விளிம்பிலிருந்து ஒரு சாலை குன்றுகள்வரை சென்றது. குன்றுகள் நெடுகிலும் அவன் பிளாக்பெர்ரிப் பழங்களைப் பொறுக்கினான். பிறகு அந்த மர வீடு எரியூட்டப்பட்டது. வெட்ட வெளித் தணல் அடுப்புகளுக்கு மேலிருந்த மான் வடிவ அலமாரிகளில் வைக்கப்பட்டிருந்த எல்லாத் துப்பாக்கிகளும் எரியூட்டப்பட்டன. அதற்குப் பிறகு அந்தத் துப்பாக்கி பேரல்களின் எஃகு அங்கிருந்த சஞ்சிகைகளில் வழிந்தது. எரியூட்டப்பட்ட சரக்குகளின் சாம்பல் பெரிய இரும்பு சவுக்காரக் கட்டிக் குடுவைகள் செய்யப் பயன்படுத்தும் காரக் கரைசலைப்போலக் கிடந்தது. தாத்தாவிடம், "அதை வைத்து விளையாடலாமா?" என்று கேட்க, அவர், "வேண்டாம்" என்கிறார். அவை இன்னமும் அவருடைய துப்பாக்கிகள்

என்பதையும் அவர் வேறு யாருடையதையும் வாங்கமாட்டார் என்பதையும் இங்கு கவனிக்கவேண்டும். அவர் இப்போதெல்லாம் வேட்டையாடுவதுமில்லை. அந்த வீடு மறுபடியும் மரக் கட்டைகளால் அதே இடத்தில் கட்டப்பட்டு வெண்ணிற வண்ணம் பூசப்பட்டது. அதன் தாழ்வாரத்திலிருந்து நெட்டிலிங்க மரங்களும் அதற்கு அப்பால் இருந்த ஏரியும் தெரியும். ஆனால் அதற்குப் பிறகு அங்கே எப்போதும் துப்பாக்கிகள் காணப்படவில்லை. வெண்ணிற மரத்தால் செய்த வீட்டுச் சுவர்களின் மான் வடிவ அடுக்குகள்மீது தொங்கிக்கொண்டிருந்த துப்பாக்கிகளின் பேரல்கள் அங்கிருந்த சாம்பற் குவியலின்மீது கிடந்தன. அவற்றை யாரும் எப்போதும் தொடுவது கிடையாது. யுத்தத்துக்குப் பிறகு கறுப்பு வண்ணத்தில் நாங்கள் ஒரு மீன்பிடித் துறையை வாடகைக்கு எடுத்தோம். அதை நடந்தபடி அடைய இரண்டு வழிகள் இருந்தன. ஒன்று ட்ரைபர்க்கிலிருந்த சமவெளியின் கீழ் இருந்தது.

அது குன்றுகளின் ஊடாகப் பக்கவாட்டுச் சாலை வழியாக மேலே சென்று அச் சாலை ஓடையைக் கடக்கும்வரை நீண்டது. அங்குதான் எங்களுடைய மீன்பிடித்தல் துவங்கியது. இன்னொரு வழி காடுகளின் விளிம்புவரை செங்குத்தாக மேலே ஏறுவது. பிறகு பைன் மரங்களினூடாகக் குன்றுகளின் உச்சிக்குச் சென்று பழத்தோட்டத்தின் விளிம்புக்குப் போய் பாலத்துக்குக் கீழே இருந்த பழத்தோட்டம் முழுமைக்கும் செல்வது. அந்த ஓடை நெடுகிலும் இருந்த பூச்ச மரங்கள் பெரியதாக இல்லாமல் குறுகலாக இருந்தன. தெளிவாக இருந்த மீன்பிடிப் பகுதிக் குளங்களை பூச்ச மரங்களின் வேர்கள் ஊடுருவிச் சென்றன.

ட்ரெயின்பெர்க்கில் இருந்த விடுதியின் உரிமையாளர் இனிமையான ஒரு பருவ காலத்தை அனுபவித்துக்கொண்டிருந்தார். நாங்கள் நெருங்கிய நண்பர்களாக இருந்தோம். அடுத்த வருடம் பணவீக்கம் ஏற்பட்டது. முந்தைய வருடம் அவர் ஈட்டிய பணம் இந்த வருடம் மளிகைப் பொருட்கள் வாங்கவும் விடுதியை நடத்தவும் போதுமானதாக இல்லை. அவர் தூக்கிட்டுக்கொண்டார். யாராவது அதைக் தடுத்திருக்கலாம். ஆனால் காண்டரஸ்கேப் எனும் இடத்தை நம்மால் கட்டுப்படுத்தமுடியாது. அங்கிருக்கும் பூ விற்பனையாளர்கள் சாலைகளில் அமர்ந்து தங்கள் மலர்களின்மீது சாயத்தை ஊற்ற, தானியங்கிப் பேருந்துகள் கிளம்புகிற நடைபாதைகளில் அந்தச் சாயம் ஓடியது. எப்போதும் ஒயினைக்

குடிக்கிற வயதான ஆண்களையும் பெண்களையும், பனியில் மூக்கு ஒழுகிக்கொண்டிருக்கிற குழந்தைகளையும், அழுக்கான வியர்வையின் வறுமையின் வாசத்தையும், அமெச்சூர்ஸ் விடுதியின் போதையையும், அந்த விடுதிக்கு மேல் இருந்த பால் முசெட்டேவின் விலை மகளிரையும், இவர்கள் எவரையும், நம்மால் கட்டுப்படுத்த முடியாது.

அங்கிருந்த அறையின் மறைவிடத்தில் கார்டே ரிபப்ளிகன்ஸின் படைவீரர்களுக்குச் சில கேளிக்கை நிகழ்ச்சிகளை நடத்திக் காண்பித்த அந்த விடுதியின் காப்பாளன் குதிரை முடியால் அலங்கரிக்கப்பட்ட தன் தலைக்கவசத்தை ஒரு நாற்காலியின்மீது வைத்தான். அந்த விடுதிக் கூடத்தின் குறுக்கே இருந்த அறையில் குடியிருந்தவளின் கணவன் ஒரு இருசக்கர வாகனப் பந்தயப் போட்டியாளன். அன்று காலை அவள் பால் பண்ணையில் ‘ஆட்டோ’ என்ற பெயர்கொண்ட, விளையாட்டுச் செய்திகளை வெளியிட்ட ஃபிரெஞ்சு செய்தித்தாளைத் திறந்தபோது, பாரீஸ் டூர்ஸில் கலந்துகொண்ட முதல் பெரிய பந்தயத்திலேயே அவளுடைய கணவன் மூன்றாவது இடம் பிடித்திருந்ததைப் பார்த்ததும் முதலில் மிகுந்த மகிழ்ச்சியும் பிறகு வெட்கமும் அடைந்தாள். கொஞ்சம் சிரித்தாள். பிறகு அழுதபடி மஞ்சள் நிறமுடைய அந்தச் செய்தித்தாளை எடுத்துக்கொண்டு மாடிக்குச் சென்றாள். பால் முசட்டேவை நடத்திக்கொண்டிருந்த அந்தப் பெண்ணின் கணவன் ஒரு வாடகைக் கார் ஓட்டுநன். அதிகாலையில் ஹாரி விமானப் பயணம் மேற்கொள்ள இருந்ததால், ஹாரியை எழுப்புவதற்காக அவன் கதவைத் தட்டினான். விடுதியில் இருந்து கிளம்புவதற்குமுன் அவர்கள் இருவரும் ஒரு கோப்பை வெள்ளை ஒயினை அருந்தினார்கள்.

அந்தக் குடியிருப்பில் அப்போது வசித்த தன் அக்கம்பக்கத்து வீட்டினரை அவன் அறிந்திருந்தான். அதற்குக் காரணம் அவர்கள் அனைவரும் ஏழைகள். அந்த இடத்தைச் சுற்றிலும் இரண்டு விதமான மக்கள் இருந்தார்கள். ஒரு குழு குடிகாரர்களால் ஆனது. மற்றொன்றில் இருந்தவர்கள் விளையாட்டு வீரர்கள். குடிகாரர்கள் தங்களுடைய வறுமையை குடித்துக்கொன்றார்கள். விளையாட்டு வீரர்கள் அதை உடற்பயிற்சியின் மூலமாகக் கொன்றார்கள். அவர்கள் கம்யூன் உறுப்பினர்களின் வழித்தோன்றல்கள். தங்களுடைய அரசியலைப் பற்றி அறிந்துகொள்வதில் அவர்களுக்கு

எந்தப் போராட்டமும் இல்லை. தங்கள் தந்தையை, உறவினர்களை, சகோதரர்களை, நண்பர்களை யார் சுட்டுக் கொன்றார்கள் என்று அவர்கள் அறிந்தே இருந்தார்கள். கம்யூனுக்குப் பிறகு வெர்சைல்ஸ் படைவீரர்கள் உள்ளே நுழைந்து நகரத்தை ஆக்கிரமித்துக்கொண்டார்கள். கடும் உழைப்பினால் காய்ப்புக் காய்த்த கைகளுடன் இருந்தாலோ, தொப்பி அணிந்திருந்தாலோ, பணியாள் என்கிற எந்த அடையாளம் இருந்தாலுமே அவர்களைக் கண்டதும் தூக்கில் இட்டார்கள். இந்த வறுமையான நிலையில் சாலைக்கு எதிரேயிருந்த குடியிருப்பில் அமர்ந்தபடி ப்ரோஷரிச் செவலினிலும் மதுக் கூட்டுறவுச் சங்கத்திலும் தான் இதற்குப் பிறகு செய்ய வேண்டியன எவை என்பதையெல்லாம் அவன் எழுதினான். பரந்து விரிந்த மரங்கள், மேற்புறம் வெள்ளைச் சாந்தும் கீழே பழுப்பு வண்ணமும் பூசப்பட்ட பழைய வீடுகள், பசுமையாக நீண்டு காணப்பட்ட உருளை வடிவ சதுக்கத்தின் தானியங்கிப் பேருந்துகள், நடைபாதையின் மேலிருந்த ஊதா நிற மலர்ச் சாயம், திடீரெனக் குன்றிலிருந்து கார்டினல் லெமோனி சாலையின் கீழ் விழுகிற நதி, அதற்கு அந்தப் பக்கம் சிறிய மக்கள் கூட்டம் நிறைந்த மொவ்ஃபெடார்ட் சாலையின் உலகம் என்றிருந்த அந்தப் பகுதியைப்போலப் பாரீசின் வேறெந்த இடத்தையும் அவன் அவ்வளவு விரும்பியதில்லை. அதன் ஒரு தெரு பாண்த்தியனை நோக்கி மேலே செல்லும். இன்னொன்று அவன் வழக்கமாக இருசக்கர வாகனத்தை ஓட்டுவதற்குப் பயன்படுத்திய, ஓட்டுமொத்தக் குடியிருப்பிலும் ஓடுகள் வேய்ந்த வீடுகளிருந்த, டயர்கள் மிருதுவாக வழுக்கிச் செல்லும் அந்த ஒற்றைத் தெரு. உயர்ந்த குறுகலான வீடுகள் நிறைந்த மலிவான உயரமான விடுதி இருந்த அந்தத் தெருவில்தான் வெர்லைன் இறந்துபோனான். அவர்கள் வாழ்ந்த அந்தக் குடியிருப்பில் இரண்டு அறைகள் மட்டுமே இருந்தன. விடுதியின் மேல் மாடியில் அவனுக்கு ஒரு அறை இருந்தது. ஒரு மாதத்துக்கு அறுபது ஃப்ரான்க்ஸ் அவனுக்குச் செலவுவைத்த அங்குதான் அவன் எழுதினான். அங்கிருந்து அவன் கூரைகளையும் புகைபோக்கிகளையும் பாரீசின் எல்லாக் குன்றுகளையும் பார்த்தான்.

அந்தக் குடியிருப்பில் இருந்து மரங்களையும் கரி விற்கும் மனிதனின் இடத்தைமட்டுமே பார்க்கமுடியும். அவன் மதுவும் விற்றான்; மோசமான மது. திறந்திருந்த சாளரத்தின்

வழியே பொன்மஞ்சளும் சிவப்பும் கலந்த நிறத்திலான இறந்த விலங்குகளின் உடல்கள், போசேரி செவலினுக்கு வெளியே காணப்பட்ட பொன்னிறக் குதிரையின் தலை, பிளாஸ்டர் பூசப்பட்ட சுவர்கள், அக்கம்பக்கத்து வீடுகளின் சாளரங்கள், பச்சை வண்ணமூட்டப்பட்ட மதுக் கூட்டுறவு விடுதி ஆகியவை காணக் கிடைத்தன. அந்த மது விடுதியிலிருந்து அவர்கள் விலை மலிந்த நல்ல மதுவை வாங்கினார்கள். இரவு நேரத்தில் ஆட்கள் குடித்துவிட்டுத் தெருவில் விழுந்து கிடக்கும் விஷயங்கள் எல்லாம் வழக்கொழிந்து போய்விட்டதாக அனைவரும் நம்பும்வண்ணம் சிலர் தனித்துவமான ஃபிரஞ்ச் மொழியில் போதையில் முனகிக்கொண்டும் புலம்பிக்கொண்டும் இருக்க, அக்கம்பக்க வீட்டினர் தங்கள் சாளரங்களைத் திறந்து பார்த்து, பிறகு தங்களுக்குள் முணுமுணுத்துக்கொள்வார்கள்.

“போலீஸ்காரர் எங்கே? உங்களுக்கு அவர்கள் வேண்டாம் என்றால் எப்போதும் இந்தப் போக்கிரிதான் இங்கு இருப்பான்."

"அவன் சில காவலாளிகளுடன் தூங்கிக்கொண்டிருக்கிறான். முகவரைக் கூப்பிடு” எனும் குரல்கள் ஒலித்தன.

யாரோ ஒரு வாளித் தண்ணீரை ஜன்னலில் இருந்து வீசும்வரை கேட்ட அந்த முனகல் அதற்குப் பிறகு நின்றது.

“என்ன அது? தண்ணீர். ஓ ! இது புத்திசாலித்தனமானது.”

சாளரங்கள் மூடிக்கொண்டன. எட்டு மணி நேர வேலைத் திட்டத்தின் எதிர்ப்பாளரான வீட்டைத் துப்புரவு செய்யும் பணிப்பெண் மேரி, “கணவன் ஆறு மணிவரை வேலை செய்தால் வீட்டுக்கு வரும் வழியில் அவன் வெறும் ஒரு குறிப்பிட்ட அளவுதான் குடிக்கிறான். அதிகம் வீணாக்குவது இல்லை. ஆனால் ஐந்து மணிவரை வேலை செய்தால் ஒவ்வொரு இரவும் அவன் குடிக்கிறான். யாரிடமும் பணம் இல்லை. வேலை நேரம் குறைக்கப்படுவதால் அவன் மனைவிதான் அவதியுறுகிறாள்.”

அந்தப் பெண் இப்போது, “உங்களுக்கு இன்னும் சிறிது உணவு தரவா?” என்று அவனைக் கேட்டாள்.

“இல்லை.மிகவும் நன்றி. உணவு மிகவும் அருமையாக இருந்தது.”

”இன்னும் சிறிது உண்ணலாம்.”

“எனக்கு ஒரு விஸ்கியும் சோடாவும் வேண்டும்.”

“அது உங்களுக்கு நல்லதல்ல.”

“இல்லை. அது எனக்குத் தீங்கானது. நீ என்மீது பித்தாக இருக்கிறாய் என அது உணர வைக்கும்.”

“நீங்கள் குடிப்பதை நான் விரும்புவது உங்களுக்குத் தெரியும்.”

“ஆமாம். ஆனால் எனக்கு அது தீங்கானது.”

அவள் சென்ற பிறகு தனக்கு எவ்வளவு வேண்டுமோ அவ்வளவையும் எடுத்துக் கொள்ளலாம் என்று அவன் நினைத்தான். தான் விரும்புபவற்றை மட்டுமல்லாமல் அங்கிருக்கும் அத்தனையையும். அவன் களைப்புற்றுவிட்டான். மிகுந்த களைப்பு. சிறிது நேரம் உறங்கப் போகிறான்; அசையாமல் படுத்துக்கொண்டிருந்தான். ஆனால் அங்கு மரணம் இல்லை. அது அப் பகுதியைச் சுற்றியிருந்த வேறொரு தெருவுக்குப் போயிருக்க வேண்டும். பாரீஸில், இரு சக்கர வாகனங்களில், நடைபாதைகளில் முழுமையான மௌனத்துடன் அது நகர்ந்தது.

இல்லை. அவன் எப்போதும் பாரீசைப் பற்றி இதுவரை எழுதியதில்லை. அவன் அக்கறைகொண்டிருந்த பாரீசைப் பற்றி இல்லை. ஆனால் அவன் எழுதியே இராத அந்த பாரீசைப் பற்றி? கால்நடைப் பண்ணை, வெள்ளி முலாம் பூசிய சேஜ் ப்ரஷ் என்கிற தாவரம், நீர்ப்பாசனக் கால்வாய்களில் இருக்கிற வேகமான தெளிவான நீர், ஆல்பால்ஃபாவில் இருக்கிற கனத்த பச்சையம் - இவையெல்லாம்?

பாதை குன்றுகள்வரை சென்றது. கோடையில் ஆடுகள் மான்களைப்போல வெட்கப்பட்டுக்கொண்டிருந்தன. உரத்துக் கத்தும் தொடர்ந்த ஓசையுடன் மெல்ல நகர்கிற பெருந்திரளாக இருக்கும் அவை மலைகளுக்குக் கீழே வருகையில் ஒரு பெரும் தூசியை எழுப்புகின்றன. மலைகளுக்குப் பின்னால் மாலை வெளிச்சத்தில் சிகரங்களின் கூர்மை தெளிவாகத் தெரிய, நிலவின் ஒளி மலைப் பாதைத் தடங்களின் வழியே பயணித்து சமவெளியை அடைந்தது. மரங்களின் ஊடாக எதையும் பார்க்கமுடியாத இருளில் குதிரையின் வாலைப் பிடித்தபடி கீழே இறங்கி வந்ததும் அவன் எழுத நினைத்த எல்லாக் கதைகளும் இப்போது அவன் நினைவுக்கு வந்தன.

'யாருக்கும் சிறிதளவு வைக்கோல்கூடத் தரக்கூடாது என்ற அறிவுறுத்தலுடன் பண்ணையில் வேலைக்கு விடப்பட்ட குறை அறிவுடைய சிறுவன், அந்தக் கிழ வேசி மகன் சில உணவுப் பொருட்களைப் பெறுவதற்காகத் தன்னெதிரே நின்றபோது முள் கரண்டியால் அடிவாங்கியது அவனுடைய நினைவுக்கு வந்தது. அப்படியும் அந்தச் சிறுவன் மறுக்கவும் அந்தக் கிழவன் அவனை மறுபடியும் அடிக்கப்போவதாகச் சொல்லிக்கொண்டிருந்தான். கிழவன் தானியக் களஞ்சியத்துக்குள் நுழைய முயன்றபோது அந்தச் சிறுவன் சமையல் அறையிலிருந்து துப்பாக்கியை எடுத்து வந்து சுட்டுவிட்டிருக்கிறான். அவர்கள் திரும்பி வந்து பார்த்தபோது கிழவனின் உடல் பண்ணையின் தொழுவத்தில் பனியில் உறைந்துபோய் ஒரு வாரமாகி இருந்தது. நாய்கள் அவன் உடலின் ஒரு பகுதியைத் தின்றிருந்தன. மீதமிருந்த உடற் பாகங்களை மூட்டையாகக் கட்டி கம்பளியால் சுற்றி, பனிச்சறுக்கு இருப்பு வண்டியில் வைத்து, அதை வேகமாக இழுத்துச் செல்வதற்கு அவன் சிறுவனின் உதவியைப் பெற்றான். நகரத்துக்கு அறுபது மைல் அருகாமையில் இருந்த பனிச்சறுக்கு விளையாடும் வீதிகள்வரை அவர்கள் இருவரும் அதனை எடுத்துக்கொண்டு வந்தனர். அங்கு வந்ததும் அவன் அந்தச் சிறுவனைக் காட்டிக் கொடுத்தான். தான் கைது செய்யப்படுவோம் என்று அந்தச் சிறுவன் நினைத்துப் பார்க்கவே இல்லை. தன் கடமையைச் செய்வதாகவும், தான் அந்த ஆளுடைய நண்பன் என்றும், தனக்கு அதற்கான பரிசு கிட்டும் என்றும் அவன் நினைத்திருந்தான். அந்தக் கிழவன் எவ்வளவு மோசமானவன் என்பதையும், எப்படித் தனக்குச் சொந்தமில்லாத உணவுப் பொருட்களைத் திருட முயன்றான் என்பதையும் அனைவரும் அறிந்துகொள்ளவேண்டும் என்பதற்காகத்தான் அவன் அந்தக் கிழவனை வேகமாகக் கீழே இழுத்துச் செல்ல உதவி செய்தான். காவல் அதிகாரி தன் கைகளில் விலங்கிடும்போதுகூட அந்தச் சிறுவனால் அதை நம்ப முடியவில்லை. அவன் அழத் தொடங்கினான்.'

இந்தக் கதையைத்தான் எழுதுவதற்காக ஹாரி தன் மனதில் சேமித்து வைத்திருந்தான். அங்கிருந்து எழுதப்படக் கூடியதாக குறைந்தபட்சம் இருபது நல்ல கதைகளாவது அவனிடம் இருந்தன. ஒன்றையும் அவன் எழுதியதே இல்லை. ஏன்?

“ஏன் என்று நீ அவர்களுக்குச் சொல்” என்று சத்தமாகச் சொன்னான் ஹாரி.

“எது, ஏன் அன்பே?”

“எதுவும் இல்லை.”

அவனை அடைந்த பிறகு அவள் நிறையக் குடிப்பதில்லை. ஆனால் அவன் இனி உயிர் வாழ்ந்தாலும்கூட அவளைப் பற்றி எப்போதுமே எழுதமாட்டான் என்பதை இப்போது அறிந்திருந்தான். யாரைப் பற்றியுமே. செல்வந்தர்கள் மிகவும் மந்தமானவர்கள். அவர்கள் நிறையக் குடித்தார்கள் அல்லது நிறைய பேக்காமன் விளையாடினார்கள். அத்துடன் சொன்னதையே திரும்பத் திரும்பச் சொல்வார்கள். ஏழை ஜூலியனையும் அவன் அவள் மீது வைத்திருந்த பக்தியான நேசமும் அவனுக்கு நினைவிருந்தது. எப்படி அவன் தன்னுடைய ஒரு கதையை, “பெரும் செல்வந்தர்கள் உன்னையும் என்னையும்விட வித்தியாசமானவர்கள்” என்பதாகத் தொடங்கினான் என்பதும். அவர்களிடம் நிறையப் பணம் இருப்பதாக எப்படிச் சிலர் ஜூலியனிடம் சொல்லியிருந்தார்களோ அதுவும்கூட நினைவிருந்தது. ஆம். அவர்களிடம் நிறையப் பணம் இருக்கிறது. ஆனால் அது ஜூலியனுக்கு மகிழ்ச்சி அளிப்பதாக இல்லை. அவன் அவர்கள் ஒரு கவர்ச்சியான உயர்ந்த இனம் என்று நினைத்தான். அது அப்படியில்லை என ஜூலியன் கண்டுகொண்டபோது எதுவெல்லாம் அவனை நொறுக்கியதோ அதுபோல இதுவும் நொறுக்கியது. உடைந்து நொறுங்குபவர்களிடம் ஹாரி இதுவரை இழிவாகவே நடந்துகொண்டிருந்தான். ஒன்று நமக்குப் புரிந்தது என்பதற்காக அதை நாம் விரும்பவேண்டும் என்பதில்லை.

எதையும் தன்னால் தாங்கிக்கொள்ளமுடியும் என்று நினைத்தான். ஏனெனில் தான் கவலைப்படாத எது ஒன்றும் தன்னைக் காயப்படுத்தாது என்று நினைத்தான். இப்போது அவன் மரணத்தைப் பற்றிக் கவலைப்படவில்லை. அவன் எப்போதும் பயந்தது வலி என்ற ஒன்றைப் பற்றிமட்டும்தான். அவனால் மற்ற எந்த மனிதனைப்போலவும் வலியை எதிர்த்து நிற்கமுடியும். அது வெகு காலத்துக்கு நீண்டு, அவனைக் கிழித்து வீசும்வரை. ஆனால் அவனை அச்சமூட்டும் விதமாகக் காயப்படுத்திய ஒன்று இங்கே இருந்தது. அவன் அது தன்னை உடைத்து நொறுக்குவதை உணர்ந்த அதே நொடியில் அந்த வலி நின்றுபோனது.

வெகு காலத்துக்கு முன்னர் வில்லியம்சன் எனும் அதிகாரி வெடிமருந்து வீசும் பணியில் இருந்தார். ஒரு ஜெர்மானிய ரோந்து வண்டி இரவில் வீசிய குச்சிவெடியில் எதிர்பாராமல் சிக்கிக்கொண்ட அவர் அலறினார். தன்னைக் கொன்றுவிடும்படி எல்லோரிடமும் கெஞ்சினார். அவர் வீரம் மிகுந்த ஒரு பருத்த மனிதர். அருமையான நடனக் காட்சிகளுக்கு அடிமையாக இருந்தாலும் அவர் ஒரு நல்ல அதிகாரி. ஆனால் அந்த இரவு அவர் மின்கம்பியில் சிக்கிக்கொண்டார். பற்றிக் கொண்ட நெருப்பு தகதகவென அவரை ஒளிரச் செய்தது. அவருடைய குடல்கள் மின்கம்பிகளின்மீது தெறித்தன. அவரை உயிருடன் வெளியே கொண்டுவந்தபோது அவர்கள் அவருடைய உடலைச் சிறிது வெட்ட வேண்டியதாயிற்று. அவர், "கடவுள் மீது ஆணையாகச் சொல்கிறேன். ஹாரி, என்னைச் சுட்டுவிடு" என்றார். முன்பொரு சமயம் அவர்கள் இருவருக்கிடையே, "நம்மால் தாங்கமுடியாத எதையும் இறைவன் நம்மிடம் அனுப்பமாட்டார்" என்பதாக ஒரு வாக்குவாதம் நிகழ்ந்தது. வலி தானாகவே நம்மைக் கடந்து செல்லும் என்பது யாரோ ஒருவருடைய சித்தாந்தம். ஆனால் அன்றிரவு முழுதும் அவன் வில்லியம்சனை நினைத்துக்கொண்டான். தனக்காக அவன் பாதுகாத்து வைத்திருந்த மார்ஃபின் மாத்திரைகள் அனைத்தையும் தரும்வரை வில்லியம்சனை எதுவும் கடந்து போகவில்லை. அதன் பிறகு அந்த மாத்திரைகள் வேலை செய்யவில்லை.

இந்த நொடிவரை அவனுக்கு எல்லாமே மிகச் சுலபமானதாக இருந்தது. இல்லையென்றாலும் அது அவ்வளவு மோசம் இல்லை. ஏனெனில் காலம் செல்லச் செல்ல எது குறித்தும் கவலைப்பட ஒன்றுமில்லை. இதைவிடச் சிறந்த துணையுடன் தான் இருந்திருக்கலாமே என்பதைத்தவிர. தான் யாருடன் இருந்தால் மகிழ்ச்சியாக இருப்போம் என்பது பற்றி சிறிது நினைத்தான். 'இல்லை. நீ செய்யும் எதையும் நீண்டகாலம் செய்வதுடன் வெகு தாமதமாகவும் செய்கிறாய். இதற்கு மேலும், மக்களை அங்கு கண்டடைய முடியும் என்று நீ எதிர்பார்க்கமுடியாது. எல்லா மக்களும் போய்விட்டார்கள். விருந்து நிகழ்ச்சி முடிந்துவிட்டது. நீ இப்போது உன்னுடைய விருந்துபசாரப் பெண்ணுடன் இருக்கிறாய்' என்று மனதுக்குள் பேசினான்.

மற்ற எல்லாவற்றைப்போலவே மரணமும் எனக்கு மனச்சலிப்பு தருகிறது என்று அவன் நினைத்தான்.

"மனச் சலிப்பு" என்றான்.

"என்னது என் அன்பே?"

"முட்டாள்தனமாகப் பலகாலம் தொடர்ந்து செய்கிற எதுவும்."

அவளுடைய முகத்தைத் தனக்கும் நெருப்புக்கும் இடையேயான இடைவெளியில் பார்த்தான். நாற்காலியில் சாய்ந்துகொண்டிருந்த அவள் மீது நெருப்பின் வெளிச்சம் இனிமையாக ஒளிர்ந்தது. அவள் தூக்கக் கலக்கத்துடன் இருப்பதை அவன் பார்த்தான். நெருப்பின் எல்லைக்கு வெளியே கழுதைப்புலி ஓசை எழுப்புவது அவனுக்குக் கேட்டது.

"நான் எழுதிக்கொண்டிருந்தேன். ஆனால் களைப்புற்றுவிட்டேன்" என்றான்.

"உங்களால் உறங்கமுடியும் என்று நீங்கள் நினைக்கிறீர்களா?"

"மிக நிச்சயமாக. நீயும் உள்ளே வாயேன்."

"நான் உங்களுடன் இங்கு அமர்ந்திருக்க விரும்புகிறேன்."

"நீ ஏதாவது விசித்திரமாக உணர்ந்தாயா?" என்று அவளைக் கேட்டான்.

"இல்லை. சிறிது உறக்கம் வருகிறது. அவ்வளவே."

"எனக்கும்" என்றான்.

அப்போது மரணம் மறுபடியும் தன்னை நெருங்கிவருவதை உணர்ந்தான்.

"நான் இதுவரை இழக்காத ஒன்று உண்டெனில் அது, விஷயங்களை அறிந்துகொள்ளும் ஆவலை மட்டும்தான் என்பதை நீ அறிவாயா?" என்று அவளிடம் கேட்டான்.

"நீங்கள் இதுவரை எதையும் இழக்கவில்லை. நான் அறிந்தவரையில் நீங்கள்தான் மிக முழுமையான ஒரு மனிதன்."

"இறைவா! ஒரு பெண் எவ்வளவு குறைவாக அறிந்திருக்கிறாள். அது என்ன? உன்னுடைய உள்ளுணர்வா?"

அப்போதுதான் மரணம் அங்கு வந்தது. கட்டிலில் இருந்த அவனுடைய பாதத்தின்மீது தன் தலையை வைத்து ஓய்வெடுத்தது. அதன் மூச்சுக்காற்றை அவனால் நுகரமுடிந்தது.

“வாளைப் பற்றியும் கபாலத்தைப் பற்றியும் அப்படியான எதையும் நம்பாதே. அது இரண்டு இருசக்கர வாகனக் காவலர்களைப்போல எளிதாகவோ, ஒரு பறவையாகவோ இருக்கலாம். அல்லது அதற்கு கழுதைப் புலியைப் போன்ற பரந்த மூக்கு இருக்கலாம்” என்றான்.

அது அவன்மீது இப்போது சிறிது நகர்ந்திருக்கிறது. ஆனால் அதற்கு இப்போது எந்த உருவமும் இல்லை. அது வெறுமனே வெளியை ஆக்கிரமித்தது.

“அதைப் போகச் சொல்.”

ஆனால் அது போகவில்லை. இன்னும் சிறிது நெருங்கி வந்தது.

அவன், “உன்னுடைய மூச்சுக்காற்று மோசமாக இருக்கிறது. துர்நாற்றம் வீசும் வேசி மகனே” என்று அதனிடம் சொன்னான். அது அவனை இன்னும் நெருங்கி வந்தது. இப்போது அதனிடம் அவனால் பேச இயலவில்லை. அவனால் பேச இயலவில்லை என்பதைப் பார்த்ததும், அது இன்னும் நெருங்கி வந்தது. இப்போது அவன் அதனிடம் எதுவும் பேசாமல் அதனைத் துரத்த முயற்சித்தான். ஆனால் அது அவன் மீது நகர்ந்து தன் எடை முழுவதையும் அவனுடைய நெஞ்சின்மீது வைத்தது. அவனால் நகரவோ பேசவோ முடியாதபடி அது அங்கு பதுங்கி இருந்தபோது,“எஜமான் இப்போது உறங்கிவிட்டார். கட்டிலை மிக மெதுவாக எடுத்து கூடாரத்துக்குள் கொண்டு செல்” என்று அந்தப் பெண் பேசுவது கேட்டது.

அதைத் துரத்தும்படி அவளிடம் அவனால் சொல்லமுடியவில்லை. இப்போது அது இன்னும் கனமாக, அவன் மூச்சுவிட இயலாதபடிக்குப் பதுங்கியது. பிறகு அவர்கள் கட்டிலைத் தூக்கியதும் திடீரென எல்லாம் சரியானது. அவனுடைய நெஞ்சிலிருந்த அந்த எடை விலகியது. இப்போது விடிந்தது, விடிந்து சிறிது நேரம் ஆகியிருந்தது. அவன் விமானம் வருகிற மெல்லிய ஓசையைக் கேட்டான். அது பரந்த ஒரு வட்டத்தை ஏற்படுத்தியது. சிறுவர்கள் வெளியே ஓடிச்சென்று நெருப்பு மூட்டினார்கள். புற்களைக் குவித்து ஒவ்வொரு முனையிலும்

சமதளமாக மண்ணாலான இரண்டு தடங்களை இம்முறை உருவாக்கினார்கள். காலைத் தென்றல் அவர்கள் முகாமை நோக்கி வீசியது. அந்த விமானம் இன்னும் இருமுறை வட்டமிட்டது. இப்போது சிறிது தாழ. பிறகு கீழே சறுக்கியபடி சமநிலையில் மென்மையாகத் தரையிறங்கியது.

சட்டையின் மேல் ஒரு அங்கியும், பழுப்புநிறத் தொப்பியும் அணிந்திருந்த காம்ப்டன் அவனை நோக்கி வந்தார்.

“என்ன விஷயம், நண்பா?” என்று கேட்டார்.

அவன், “மோசமான நிலையிலுள்ள என் கால்” என்றான்.

“சிற்றுண்டி அருந்துகிறீர்களா?”

“நன்றி. நான் சிறிது தேநீர் மட்டும் குடிக்கிறேன். அது சீழ்ப் புண்தான். நான் எஜமானியை நம்முடன் அழைத்துக்கொண்டு செல்லமுடியாது. ஒருவருக்கு மட்டுமே இடம் இருக்கிறது. உங்களுடைய வண்டி வந்துகொண்டிருக்கிறது.”

ஹெலன், காம்ப்டனைத் தனியே அழைத்துப்போய்ப் பேசிக்கொண்டிருந்தாள். அவர் எப்போதும் இருப்பதைவிட மகிழ்ச்சியான முகத்துடன் திரும்ப வந்தார்.

“உங்களை உடனடியாக அழைத்துச் செல்கிறோம். நான் எஜமானி அம்மாவுக்காகத் திரும்ப வருவேன். எரிபொருள் நிரப்புவதற்காக நாம் அரூஷாவில் நிறுத்த வேண்டும் என்று நினைக்கிறேன். நாம் உடனே கிளம்புவது நல்லது.”

“தேநீர் என்னாவது?”

“அதைப் பற்றி இப்போது அக்கறையில்லை.”

சிறுவர்கள் கட்டிலைத் தூக்கியபடி பசுமையான முகாம்களை, தரையிலிருந்த கற்களை, சமவெளியை, புற்கள் முழுதும் எரிந்தழிந்த பின் உண்டாகியிருந்த கரித்தடத்தின்மீது காற்று நெருப்பை விசிறும் இடத்தைக் கடந்து அந்தச் சிறிய விமானத்தை அடைந்தார்கள். அவனைத் தூக்கிச் செல்வது கடினமாக இருந்தது. விமானத்தின் உள்ளே நுழைந்ததும் அவன் இருக்கையில் படுத்துக்கொண்டான். அவனுடைய கால் காம்ப்டன் அமர்ந்திருந்த இடத்துக்கு வெளியே நேராக ஒரு பக்கமாகப் பொருந்திக்கொண்டது.

காம்ப்டன் மோட்டாரை இயக்கி விமானத்தைத் துவக்கினார். ஹெலனையும் சிறுவர்களையும் நோக்கிக் கையசைத்தார். தடதடத்த ஓசைக்குப் பிறகு அது பழைய வழக்கமான உறுமலாக மாற, காம்ப்டன் காட்டுப் பன்றிகளின் குழிகளையும் உறுமலையும் கூர்ந்து கவனித்தார். விமானம் வானத்தில் ஊசலாடி, மூட்டப்பட்டிருந்த நெருப்பைக் கடந்து, பிறகு இறுதி உறுமலில் மேலெழுந்தது. அவர்கள் அனைவரும் இன்னமும் கீழே நிற்பதையும், குன்றுக்குப் பக்கத்தில் இருந்த முகாம் இப்போது சமதளம் ஆவதையும், சமவெளி பரவுவதையும், மரங்கள் உருவமற்றுப் போவதையும் புதர்கள் சமமாவதையும் அவன் பார்த்தான். அவர்கள் தற்காலிகமாக அமைத்த விமான ஓடுபாதைகள் மென்மையாகக் காய்ந்திருந்த குட்டைகளின் மேல் இப்போது ஓடுகையில் அவன் இதுவரை அறிந்திராத ஒரு புதிய காட்சியைப் பார்த்தான்.

சிறிய, வளைந்த முதுகுடைய வரிக்குதிரைகள், பெரிய தலையும் புள்ளிகளும் கொண்ட காட்டுமான்கள், காட்டுவிலங்குகள் மேலே ஏறுவது தெரிந்தன. அவர்கள் சமவெளியை வேகமாக அடைந்தபோது அவற்றை நோக்கி விமானத்தின் நிழல் படர அவை சிதறின. இப்போது அவை சிறிதாகத் தெரிந்தன. அவற்றின் அசைவில் குதிப்பு இல்லை. சாம்பலும் மஞ்சளுமான சமவெளியும் நீண்டகால நண்பன் அணிந்திருந்த ஆடைகளும் பழுப்பு நிறத் தொப்பியும் மட்டுமே இப்போது ஹாரியின் கண்ணுக்குத் தெரிந்தன. பிறகு அவர்கள் முதல் குன்றின்மேல் இருந்தார்கள். அந்தக் காட்டு மான்கள் அதுவரையில் அவர்களுடன் அந்தப் பாதையில் வந்தன. பிறகு அவர்கள் மலைகளுக்கு மேல் இருந்தார்கள். திடீரென ஆழமான பசுமையான காடுகள், திடமான சரிவுகள், பிறகு மறுபடி அதே அடர்ந்த காடு, அவர்கள் கடக்கும்வரை வெற்றிடமாக இருந்த சிகரங்களில் குன்றுகள் நழுவி விழுந்தன. பிறகு ஊதாவும் பழுப்பு நிறமும் கொண்ட பயணத்தை வெம்மையாக்கும் இன்னொரு சமவெளி. காம்ப்டன் தான் எப்படி ஓட்டுகிறோம் என்பதைப் பார்க்கப் பின்னால் திரும்புகிறான். பிறகு அவர்களின் முன் கருத்த மலைகள் தெரிகின்றன.

அதற்குப் பிறகு அவர்கள் அருஷாவுக்குச் செல்வதற்குப் பதிலாக இடதுபுறம் திரும்பினார்கள். நிச்சயமாக எரிவாயு போதுமான அளவுக்கு இருந்தது என்று அவனுக்குத் தெரிந்திருந்தது. கீழே பார்த்தபோது ஒரு வெளிர் சிவப்பு மேகம் நிலத்தின்மீது தவழ்வது தெரிந்தது.

எங்கிருந்து வருகிறது என்று அறியமுடியாத 'இ ப்லிசார்டின்' முதல் பனியைப்போல் தெற்கிலிருந்து வெட்டுக் கிளிகள் காற்றில் பறந்து வருகின்றன என்பதை அவன் நினைத்தான். பிறகு அவர்கள் மேலே ஏறத் தொடங்கினார்கள். கிழக்கு நோக்கிப் போவது போலத் தெரிந்தது. பிறகு இருட்டியது. அப்போது உருவான புயலில் தாங்கள் ஒரு நீர்வீழ்ச்சியினூடாகப் பறப்பதுபோலத் தெரிகிற அடர்மழை தொடங்கியது. பிறகு அவர்கள் அதிலிருந்து வெளியே வந்தார்கள். காம்ப்டன் தன்னுடைய தலையைத் திருப்பிச் சத்தமாகச் சிரித்தபடி தன்னுடைய விரலை முன்னோக்கி நீட்டினான். அங்கே அகில உலகத்தையும் விட மிகப் பரந்த, உயர்வான, உயரமான, சூரிய ஒளியில் நம்ப முடியாத அளவுக்கு வெண்மையாகக் காட்சியளிக்கிற கிளிமாஞ்சாரோவின் சதுரமான சிகரம் தெரிந்தது. அதற்குப் பிறகே அங்குதான் போய்க்கொண்டிருக்கிறோம் என்பதை அவன் அறிந்தான்.

மிகச் சரியாக, அப்போது, அந்த இரவில், கழுதைப்புலி தன் ஊளையை நிறுத்தி, விநோதமான, கிட்டத்தட்ட மனிதர்களின் குரலில் ஒரு அழுகையைத் தொடங்கியது. அதைக் கேட்ட அந்தப் பெண் அமைதியின்றிக் கட்டிலில் புரண்டாள். அவள் கண் விழிக்கவில்லை. தன் கனவில் லாங்க் தீவில் ஒரு வீட்டில் இருந்தாள். அது அவளுடைய மகளின் முதல் மேடை நிகழ்ச்சிக்கு முந்தைய இரவு. அவளுடைய தந்தையும்கூட அங்கே இருந்தார். அவர் மிகவும் முரட்டுத்தனமானவர். பிறகு அந்தக் கழுதைப்புலியின் ஓசை அவளுடைய தூக்கத்தைக் கலைக்கும் அளவுக்கு மிகப் பலமாக ஆனது. ஒரு சில கணங்களுக்குத் தான் எங்கிருக்கிறோம் என்று அவளுக்குத் தெரியவில்லை. அவளுக்கு மிகவும் பயமாக இருந்தது. பிரகாசமான ஒளி உமிழும் விளக்கை எடுத்துக்கொண்டு ஹாரி தூங்கிய பிறகு அவள் கூடாரத்துக்கு உள்ளே இட்ட கட்டிலின்மீது அவள் அதை ஒளிரச் செய்தாள். அவனுடைய பருத்த உடல் கொசுவலைக்குக் கீழே தெரிந்தது.

ஆனால் அவன் தன் காலை கொசுவலைக்கு வெளியே நீட்டியிருந்தான். அது கட்டிலின் பக்கவாட்டில் தொங்கியது. காலைச் சுற்றி இருந்த கட்டுகள் எல்லாம் கீழே விழுந்துவிட்டிருந்தன. அவளால் அதைப் பார்க்கமுடியவில்லை.

"மோலோ!" என்று உரக்க அழைத்தாள். "மோலோ! மோலோ!" என்று கூவினாள்.

"ஹாரி, ஹாரி! என்று அழைத்தாள். பிறகு அவளுடைய குரல் உயர்ந்தது.

"ஹாரி! தயவுசெய்து. ....ஓ! ஹாரி!"

பதில் இல்லை. அவன் சுவாசிப்பது அவளுக்குக் கேட்கவில்லை. கூடாரத்துக்கு வெளியே அந்தக் கழுதைப்புலி அவளை விழிப்படைய வைத்த அதே விநோதமான ஒலியை இப்போது மீண்டும் எழுப்பியது. ஆனால் அவள் இதயம் துடிக்கும் ஓசையில் அவளுக்கு அந்த ஒலி கேட்கவில்லை.

எர்னஸ்ட் ஹெமிங்வே (1891-1961)

தனித்துவமான எழுத்துநடையும், மிகக் குறைந்த சொற் பிரயோகமும் கொண்ட அமெரிக்க எழுத்தாளரான எர்னஸ்ட் ஹெமிங்வேயின் படைப்புகள், 20-ஆம் நூற்றாண்டின் புனைகதை இலக்கியத்தில் பெரிதும் தாக்கத்தை ஏற்படுத்தின. இவருடைய கதாபாத்திரங்களின் தனித்துவமான கட்டமைப்பு, வாசகர்களால் பெரிதும் விரும்பப்பட்டதே அவரது புனைவுகளின் வெற்றிக்குக் காரணம். அவரது பெரும்பாலான எழுத்துகள் அமெரிக்க இலக்கியப்பரப்பில் செவ்விலக்கியத் தகுதி பெற்றவையாகும். ஏழு நாவல்களையும், ஆறு சிறுகதைத் தொகுப்புகளையும் இரண்டு அபுனைவு நூல்களையும் தமது வாழ்நாளில் ஹெமிங்வே பதிப்பித்துள்ளார். மேலும் அவரது மறைவுக்குப் பிறகு மூன்று புதினங்களும், நான்கு சிறுகதைத் தொகுப்புகளும், மூன்று அபுனைவு நூல்களும் பிரசுரிக்கப்பட்டன. 'த ஓல்ட் மேன் அண்ட் த சீ' நாவலுக்காக இவருக்கு 1953ஆம் ஆண்டிற்கான புலிட்சர் பரிசும், 1954இல் இலக்கியத்துக்கான நோபல் பரிசும் வழங்கப்பட்டன. இவர் 1961இல் தற்கொலை செய்துகொண்டார்.

இதயம்

ஷூவாங் சூட்டாவோ

நான் 2015 க்கு முன்புவரை பெய்ஜிங்கிற்குப் போனதே இல்லை என்பது மிகவும் விந்தையான ஒரு விஷயம். சில வருடங்களாக இந் நாட்டில் பணியாற்றிக்கொண்டிருக்கும் ஒருவன் ஒரு கூட்டத்தில் கலந்துகொள்வதற்காகவோ, தன் வகுப்புத் தோழி ஒருத்தியின் திருமணத்தில் பங்கேற்கவோ, இவை எதுவுமே இல்லை என்றாலும் குறைந்தபட்சம் புகழ் பெற்றவர்களின் சடலங்களைப் பார்ப்பதற்காகவாவது தலைநகருக்குச் சென்றிருக்கவேண்டும். எப்படி இருந்தாலும் ஏதோவொரு காரணத்தால் போகவேண்டி இருந்திருக்கும். ஒரு பயிற்சி வகுப்புக்காக சென்ஷெனுக்கும், வணிகரீதியான சந்திப்புகளுக்காக செஷ்வானுக்கும் நான் சென்றிருந்தாலும் பெய்ஜிங்குக்குப் போனதே இல்லை. அவ்வளவு ஏன், ஹெபெய் மாகாணம்வரைகூட நான் சென்றதில்லை.

ஒரு விளம்பர நிறுவனத்தில் பணியாற்றிய நான் 2013 இல், என் வேலையை விட்டுவிட்டு புனைகதைகள் எழுத ஆரம்பித்தேன். அப்போது நான் எழுதிய முப்பதுக்கும் மேற்பட்ட சிறுகதைகளில் சில கதைகள், நிரந்தரமாக மூடப்படும் சூழலில் இருந்த உள்ளூர் இதழ் ஒன்றில் வெளியிடப்பட்டன.

பின்னர், நவம்பர் 6, 2015 அன்று, என் தந்தைக்குத் திடீரென மாரடைப்பு ஏற்பட்டது. இந்தப் பரம்பரை நோயின் விளைவாக

ஏற்கனவே என் குடும்பத்தில் ஐந்து அல்லது ஆறு பேர் இறந்துபோய்விட்டனர். குயிங் வம்ச வழித்தோன்றல்களின் இறுதி வாரிசும், சீப்பு முதல் சவப்பெட்டிவரை எதையும் சிறப்பாகத் தயாரிக்கக்கூடிய விற்பன்னருமான என்னுடைய கொள்ளுத் தாத்தாவும் அதில் ஒருவர்.

சற்றும் எதிர்பாராத விதத்தில், திடீரென்று, அவருடைய ஐம்பத்தைந்தாவது வயதில் நெஞ்சு வெடித்து, மரக் குவியலின் நடுவே விழுந்து அவர் இறந்துபோனார். அவருடைய உடலின் ஒவ்வொரு துளையிலிருந்தும் ரத்தப்போக்கு ஏற்பட்டதால் அவர் விஷம் குடித்து இறந்ததாக அவரது குடும்பத்தினர் நினைத்தார்கள். அவருடைய உடலைக் கூறாய்வு செய்தபோது ஒரு அடி உயரமுள்ள புத்த விகாரத்தைக் கட்டுவதற்குப் போதுமான அளவுக்கு அவருடைய இதயம் மிருதுவான மரச் சீவல்களால் நிறைந்திருப்பதை அவர்கள் கண்டுபிடித்தனர்.

அப்போதிருந்து, என் குடும்பத்தைச் சேர்ந்த ஆண்களும் பெண்களும் பத்துக்கு மூன்று பேர் என்ற கணக்கில், இதய நோயால் பாதிக்கப்பட்டு வருகின்றனர். ஆனால் காலம் மாறிவிட்டது. நாங்கள் யாரும் இப்போது மரவேலை செய்வதில்லை என்பதுடன் அறுவை சிகிச்சைமூலம் உயிரைக் காப்பாற்றிக்கொள்ளமுடியும். இந்த அறுவை சிகிச்சை என்பது இதயத்தின் அறைகள் ஒன்றினுள் சிறிய இயந்திரம் ஒன்றைப் பொருத்தி, எதிர்பாராதவிதத்தில் உறுப்புகளில் பிளவுகள் ஏற்படுவதால் விளையக்கூடிய பலவீனத்தைச் சரிசெய்து, இதயத்திற்குள் அசுத்தங்கள் நுழைவதைத் தடுக்க, வடிகட்டி போன்ற ஒன்றைப் பெரு நாடியில் வைப்பது. இத்தகைய அறுவை சிகிச்சை வசதி என்னுடைய எல்------- நகரத்தில் கிடைக்காததோடு, கிடைக்கும் என்று நான் நம்பிய எந்த இடத்திலும் அது இல்லை. இதற்கு முக்கியக் காரணம் வடிகட்டியைப் பொருத்துவதில் உள்ள சிரமம். தேர்ந்த தச்சர் ஒருவரின் கைவண்ணத்தைப்போல, எல்..... நகரில் இது கைகளாலேயே பொருத்தப்படும். ஆனால் பெய்ஜிங்கிலும் அமெரிக்காவிலும் இதற்காக ரோபோக்கள் பயன்படுத்தப்பட்டன. நாங்கள் எடுத்திருந்த மருத்துவக் காப்பீடு அமெரிக்காவில் ஏற்றுக் கொள்ளப்படமாட்டாது. ஆகவே என் தந்தையின் உடல்நிலை பாதிக்கப்பட்டபோது, உள்ளூர் மருத்துவமனையிலிருந்து எங்களை பெய்ஜிங்கிற்கு அழைத்துச் செல்ல மருத்துவ அவசர ஊர்தி

ஒன்றை நான் ஏற்பாடு செய்தேன்.

நாங்கள் மாலை ஏழு மணியளவில் அங்கிருந்து கிளம்பினோம். அதற்குள் என் அப்பாவின் முகம் லேசாக நீலம் பாரித்ததாகத் தெரிந்ததுடன் அவரால் பேசமுடியாமல் போனது. அவருடைய முகத்தில் பிராணவாயுக் கவசம் பொருத்தப்பட்டிருந்தது. ஒருவித நீலநிற நெகிழி உறை போர்த்தப்பட்டு, தூக்குப் படுக்கையில் படுக்க வைக்கப்பட்டிருந்தார். அவசர சிகிச்சை அறையில் அப்போது பணியில் இருந்த ஒரு பெண் மருத்துவர் எங்களுடன் பயணித்தார். சிறிது பருமனாக, அடர் பழுப்பு நிறத் தலைமுடியோடு, மூக்குக் கண்ணாடி அணிந்திருந்த அவருக்கு முப்பது வயது இருக்கலாம்.

"அங்கு போய்ச் சேர எட்டு மணி நேரம் ஆகும் என்பதையும், அதுவரை உங்கள் அப்பா தாக்குப்பிடிப்பாரா என்று உறுதியாகச் சொல்லமுடியாது என்பதையும், நான் இப்போதே உங்களுக்குச் சொல்லிவிடுகிறேன்" என்றார்.

நான்,"புரிகிறது" என்றேன்.

மருத்துவர், "என் பெயர் சூ. நான் சமீபத்தில்தான் மருத்துவப் பட்டம் பெற்றுள்ளேன். இரவு நேரத்தில் நான் பெய்ஜிங்குக்கு அவசர ஊர்தியில் செல்வது இதுதான் முதல் முறை. இவருடைய உடல்நிலை இவ்வளவு மோசமாக இருப்பதால் நாம் ஒன்றிணைந்து செயல்படுவது நல்லது என்று நினைக்கிறேன்" என்றார்.

"நிச்சயமாக" என்றேன்.

"நாம் ஒன்றிணைந்து செயல்படுவோம் என்று நான் சொன்னதற்கு அர்த்தம், நான் சொல்வதை மட்டும் நீங்கள் செய்தால் போதும் என்பதுதான். புத்திசாலித்தனமாக நடந்துகொள்வதாக நினைத்து நான் சொல்லாத எதையும் நீங்களாகச் செய்யக்கூடாது; முட்டாள்தனமான கேள்விகள் கேட்கக்கூடாது என்பதுதான்" என்றார்.

"நிச்சயமாக" என்றேன். எப்படியும் கேட்பதற்கென எந்தக் கேள்வியும் என்னிடம் இல்லை.

மருத்துவர்," நீங்கள் மட்டும்தான் அவருடன் அவசர ஊர்தியில் பயணிக்கப்போகும் ஒரே குடும்ப உறுப்பினரா?" என்று கேட்டார்.

"ஆமாம். அதில் ஒன்றும் பிரச்சினை இல்லையே?"

"அவசர ஊர்தியில் ஒன்றுக்கு மேற்பட்ட நபர்கள் உடன் வரவேண்டி இருக்கும். ஒரு மருத்துவராக நான் ஸ்ட்ரெச்சரைத் தள்ளலாம். ஆனால் நோயாளியைத் தூக்கவேண்டிய தேவை ஏற்பட்டால் ஒருவர் தலையையும் மற்றொருவர் காலையும் பிடித்துத் தூக்க வேண்டியிருக்கும். நான் அவரைத் தூக்கக்கூடாது."

நான், " இரண்டையும் நானே பார்த்துக்கொள்கிறேன்" என்றேன்.

மருத்துவர், "உங்களுக்குத் தெரியவேண்டும் என்பதற்காகவே சொல்கிறேன். பயம்வேண்டாம். ஒருமுறை நோயாளியின் குடும்ப உறுப்பினர் ஒருவர் நோயாளியைத் தவறிக் கீழேபோட்டுவிட, நோயாளி இறந்துவிட்டார். இதை நீங்கள் கேட்க விரும்பமாட்டார்கள் என்று தெரியும். ஆனால் சொல்லியாகவேண்டியது என் கடமை" என்றார்.

நான், "அதாவது நாம் ஒன்றிணைந்து ஒழுங்காகப் பணியாற்றவில்லை என்றால் என் அப்பா கீழே விழுந்து இறந்துபோக வாய்ப்பிருக்கிறது என்கிறீர்கள். புரிந்தது. சிகரெட் வேண்டுமா?" என்றேன்.

"நான் புகைபிடிப்பதில்லை. நீங்கள் புகைத்த பிறகு வண்டியில் ஏறுங்கள். இடையில் எங்கும் வண்டியை நிறுத்தவேண்டிய அவசியம் இல்லாமல் நம்மால் பயணிக்க இயலும் என்று நம்புகிறேன்."

ஜன நெருக்கடி மிகுந்த அந்த அவசர சிகிச்சை அறையைவிட்டு நாங்கள் வெளியேறியபோது சிலர் அங்குமிங்கும் வேகமாக ஓடிக்கொண்டிருந்ததையும், சிலர் தங்கள் கைகளில் முகத்தைத் தாங்கியபடி அசையாது உட்கார்ந்திருந்ததையும் பார்க்கமுடிந்தது.

கண்களுக்கு இடையில் ஏற்பட்டிருந்த ஓர் ஆழமான வெட்டுக் காயத்தில் இருந்து ரத்தம் கசிய, இரவு உடையுடனிருந்த இளம் பெண் ஒருத்தி எங்கிருந்தோ திடீரென ஓடிவந்தாள். உறுதியான தலைக்கவசம் அணிந்திருந்த கட்டுமானத் தொழிலாளி ஒருவரைத் தூக்கியபடி அவரது சக ஊழியர்கள் இருவர் எங்களைக் கடந்து சென்றனர். அவருடைய ஒரு கால், குழாயைப் போலப் பக்கவாட்டில் வளைந்திருக்க அவர் வலியில் துடித்தபடி முன்னும் பின்னும் வேகமாக அசைவது, அந்தக் குழாயின் மறுபுறம் அவர் குதிக்க முயற்சிப்பது போலிருந்தது. சாலையில் ஏற்கெனவே முழு இருள் சூழ்ந்திருந்தது. நான் புகைத்துக்கொண்டிருந்த சிகரெட் பாதி தீர்கிற நேரத்தில் அதை ஒரு துப்புரவுத் தொழிலாளி

உற்றுப் பார்ப்பதைக் கவனித்ததும் அதை அணைத்துவிட்டு குப்பைக் கூடைக்குள் போட்டேன். நான் அவசர ஊர்திக்குள் ஏறி உட்கார்ந்ததுமே பெரும் பிரயாசையுடன் ஓட்டுனரைப் பார்த்த மருத்துவர் சூ, "போகலாம்" என்றார்.

மருத்துவமனையின் பிரதான நுழைவாயில் அருகே பழங்களும் இறுதிச் சடங்குகளுக்கான பொருட்களும் விற்பனை செய்த கடைகளின் நீண்ட வரிசையைக் கடந்து நாங்கள் நெடுஞ்சாலையை அடைந்தோம். போக்குவரத்து நெரிசல் இல்லை. ஓட்டுனர் நிதானமாக வண்டியை ஓட்டினார். அவர் அணிந்திருந்த பச்சை நிற மருத்துவமனைச் சீருடை தடிமனாக இருந்த அவருடைய கழுத்துப் பகுதியில் அகலமான கழுத்துப் பட்டையோடு இருந்தது. மருத்துவருக்கும் அந்த ஓட்டுனருக்கும் சிறிது பணம் தரவேண்டும் என்ற விஷயம் அந்த நொடியில்தான் எனக்கு உறைத்தது. இது எனக்கு முன்பே தோன்றாததற்குக் காரணம், இது அவசரமாக ஏற்பாடாகிய பயணம். அத்துடன் இதுகுறித்து முடிவெடுக்க நான் வெகு நேரம் எடுத்துக்கொண்டேன் என்பதுதான். இதுபோக நான் எப்போதும் வீட்டிலேயே அதிக நேரம் செலவழித்ததால் ஜனங்களின் நடுவில் வாழவே பழகவில்லை. நம்பிக்கை சிறிதுமற்று என் முதுகில் இருந்த பையைத் துழாவினேன். நான் நினைத்ததுபோலவே என்னிடம் போதுமான அளவு பணம் இல்லை. நாங்கள் பெய்ஜிங் போய்ச் சேரும்போது நான் செலுத்த வேண்டிய வைப்புத் தொகை, மற்ற செலவுகளை நினைத்துப் பார்த்தபோது, மனதில் அவநம்பிக்கை அலையடித்தது.

இது பரம்பரை வியாதி என்பதால் என் குடும்பத்தைச் சேர்ந்த ஒவ்வொருவரும் தங்களுக்கேயுரிய பாணியில் அதைக் கையாண்டனர். சிலர் எப்போதும் மாத்திரைகளை விழுங்கிக் கொண்டிருந்தனர்; சிலர் நோய் வந்துள்ளதா என்று தொடர்ந்து பரிசோதனை செய்துகொண்டே இருந்தனர்; சிலர் தமக்குத் தோன்றிய எல்லாவற்றையும் செய்தும் எந்தப் பிரச்சனையும் இன்றி மகிழ்ச்சியாக வாழ்ந்தனர். அதாவது நாற்பது வயதோ, அதற்குப் பிறகான சில ஆண்டுகளிலோ, இதய நோயால் சாகாமல் குடித்துக் குடித்துக் கெட்டுப்போன குடல் காரணமாக உயிர்போகும்வரை, மகிழ்ச்சியாக வாழ்ந்தனர். என் தாத்தா, தன்னுடைய ஓய்வு நேரத்தில் குத்துச்சண்டைப் பயிற்சியில் ஈடுபட்டு இதை வெல்ல முயன்றார்.

அவருடைய மூன்று மகன்களுக்கும் அவரிடமிருந்துதான் குத்துச்சண்டை மீதான ஆர்வம் வந்திருக்கவேண்டும். அந்த மூவரில் இளையவரான என் அப்பாவுக்கு அதில் மிகக் குறைந்த அளவு திறமையே இருந்தது. எந்தவித விளையாட்டுக்கும் பொருந்தாதபடி அவருடைய உடலின் மேற்பகுதி நீண்டும் கால்கள் சிறுத்தும் இருந்தன. அவருடைய நடையும் மிக மெதுவாகவே இருக்கும். ஆனால் அவர்தான் நீண்ட காலம் பயிற்சி எடுத்தார். பண்பாட்டுப் புரட்சி[1] நடந்தபோது கிராமத்துக்கு அனுப்பப்பட்டவர், அங்கும் விடாது குத்துச்சண்டைப் பயிற்சியில் ஈடுபட்டு பிறகு நகரத்துக்கு வந்த பிறகும் அதைத் தொடர்ந்தார். அவருடைய தந்திரம் என்னவென்றால் இதை அவர் ரகசியமாகச் செய்தார் என்பதே. எங்கள் குடும்ப உறுப்பினர்களைத்தவிர வேறு யாருக்கும் அவருக்குக் குத்துச்சண்டை தெரியும் என்றே தெரியாது. வழக்கமான பணிகளில் ஈடுபடுவதற்குமுன் சில மணிநேரங்கள் பயிற்சி செய்வதற்காகவே தினமும் அதிகாலையில் எழுந்துவிடும் பழக்கம் அவருக்கு இருந்தது. அதேபோல் படுக்கைக்குச் செல்லும் முன்பும் ஒரு சுற்றை முடித்துவிடுவார். இந்த வழக்கத்தை ஒரு நாள்கூட அவர் தவறவிட்டதாக எனக்கு நினைவில்லை. சும்மா பேசிக்கொண்டிருப்பது அவருக்குப் பிடிக்காது. அவர் யாருடனும் நெருக்கமாக இல்லை.

என் தாத்தா உயிருடன் இருந்தவரை, அடிக்கடி என் தந்தையிடம், "ஏய், மூன்றாம் எண்! நீ யாரோடும் பழகாமல் எப்போதும் தனியாகவே இருக்கிறாய். உனக்கு வயதாகும்போது இது உன்னைப் பெரிய பிரச்சினையில் சிக்க வைக்கப்போகிறது" என்பார். என் தந்தை அவருக்கு எந்த பதிலும் சொன்னதில்லை. என் தாத்தா

---

1. கலாச்சாரப் புரட்சி:

பீப்பிள்ஸ் ரிபப்ளிக் ஆஃப் சைனா எனும் கட்சியின் நிறுவனரான மாவோ தொடங்கிய சீனப் பண்பாட்டுப் புரட்சி, 1966 முதல் 1976 வரை நீடித்தது. இதனால் சீனாவில் பரவலான சமூக, அரசியல் கிளர்ச்சிகள் நடைபெற்றன. நாடு முழுவதும் குழப்பமான சூழலும், பொருளாதார ஒழுங்கின்மையும் நிலவின. இறப்பு எண்ணிக்கை மதிப்பீடுகள் ஏறத்தாழ ஐந்து லட்சம் முதல் இருபது லட்சம்வரை இருந்திருக்கலாம் எனக் கணக்கிடப்பட்டது. துணை ராணுவத்தினர், ஏராளமான கோயில்கள், தேவாலயங்கள், மசூதிகளைத் தாக்கியும், சிலவற்றை நெருப்பிட்டுக் கொளுத்தியும் நிர்மூலமாக்கினர்.

இறந்துபோன பிறகு என் அப்பாவைத் திட்டுவதற்கு யாரும் இல்லை. பொறுமையின் நற்பயன் என்பது இதுதான்.

நான் குழந்தையாக இருந்தபோது, குத்துச்சண்டையின் ஒன்றிரண்டு வகைத் தாக்குதல் முறைகளையாவது எனக்குக் கற்றுக்கொடுக்கச் சொல்லி என் அப்பாவை நான் நச்சரிப்பேன்.

அப்பா, "நீ என்ன கற்றுக்கொள்ள விரும்புகிறாய்?" என்று கேட்டார்.

நான், "ஆட்களை எப்படி அடிக்கவேண்டும், எந்த விதத்தில் ஓங்கி அடித்தால் அவர்கள் அப்படியே கீழே சாய்வார்கள் என்று கற்றுக்கொள்ளவேண்டும்" என்றேன்.

"அதை எப்படிச் செய்வது என்று எனக்குத் தெரியாது" என்றார்.

நான், "அப்படியானால், யாராவது என்னை அடித்தால் நான் எந்த வலியையும் உணராமல் இருப்பதோடு என்னை அடித்தவர்களின் கைகளில் வலி ஏற்படுத்தும் வித்தையைக் கற்றுக்கொடுங்கள்" என்றேன்.

"அதுவும் எனக்குத் தெரியாது. குத்துச்சண்டை குறித்த நம் புரிதல்களில் நிறைய வேறுபாடுகள் இருப்பதாகத் தெரிகிறது. ஆகவே அதைப் பற்றி நாம் இனி பேசக்கூடாது என்று நினைக்கிறேன்."

அவர் அப்படித்தான். பெரும்பாலும் அமைதியாக இருப்பவர், ஏதாவது பேசினால் அது மிகவும் தீவிரமானதாக இருக்கும். எனக்கு அப்போது பத்து வயதுதான். அப்படியிருந்தும் அவர் ஒவ்வொரு வார்த்தையையும் மாவை நன்கு அரைப்பதுபோலவும், பழங்களின் செறிவான பகுதியைக் கூழாகும்வரை அடித்துத் துவைத்துச் சுவையற்றுப் போகச் செய்வதுபோலவும், யோசித்து நிதானமாகப் பேசுவார்.

என்னுடைய பல்கலைக்கழக நுழைவுத் தேர்வுக்குச் சற்றுமுன்பு நான் அவரிடம், "நீங்கள் ஒரு நாளைக்கு மூன்று மணிநேரம் குத்துச்சண்டைப் பயிற்சி செய்கிறீர்கள். நான் படிப்பதற்கு அதே அளவு நேரத்தைச் செலவிடுகிறேன். ஏன், நான் செலவிடுவதைவிட நீங்கள் அதிக நேரம் செலவிடுவீர்கள் என்றே வைத்துக்கொள்வோம். நான் கல்வியில் சிறப்பாக இருப்பதைவிடவும் நீங்கள் குத்துச்சண்டையில் சிறப்பாக இருப்பதாக நினைக்கிறீர்களா?" என்று கேட்டேன்.

அவர், "நீ படிக்காமல் இருக்கும்போது படிப்பைப் பற்றி நினைப்பாயா?" என்றார்.

நான், "வாய்ப்பே இல்லை. வேலை செய்யும்போது வேலை. விளையாடும்போது விளையாட்டு. அவற்றுக்கிடையே ஒரு கோடு இருக்க வேண்டும்" என்றேன்.

"இதுதான் விஷயம். நான் குத்துச்சண்டையில் ஈடுபடாதபோதும், என் மனதுக்குள்ளேயே குத்துச்சண்டை இடுவேன். என் இதயம் மட்டுமல்ல, என் சதை, எலும்புகளில்கூட குத்துச்சண்டை கலந்துள்ளது. சில நேரங்களில் நான் தூக்கத்தில் குத்துச்சண்டை இட்டு, விழிக்கும்போது சோர்வாக எழுவேன். நான் என்ன சொல்கிறேன் என்று புரிகிறதா?" என்றார்.

நான், "அப்படியானால் நீங்கள் குத்துச்சண்டையில் சிறந்தவர் என்பதை எப்படி நிரூபிப்பீர்கள்?"

அவர் அதைப் பற்றி யோசித்து, "என்னால் முடியாது, ஆனால் ஒரு உருவகத்தை முயற்சிக்கிறேன். ஐந்தாவது மாடியில் இருந்து ஒரு பூனை கீழே விழுந்து சாகவில்லை என்று வைத்துக்கொள்வோம். இதில் பூனை நிரூபிப்பதற்கு ஏதாவது இருக்கிறதா?" என்றார்.

நான், "நான் ஐந்தாவது மாடியில் இருந்து எப்போதும் விழமாட்டேன் என்று உங்களுக்கு எப்படித் தெரியும்? குத்துச்சண்டை அவ்வளவு சிறப்பானது என்றால், அதை நீங்கள் ஏன் எனக்குக் கற்பிக்கக்கூடாது?" என்று கேட்டேன்.

அவர், "உன்னிடம் இனி எந்த உருவகத்தையும் கலந்து பேசாமல் இருப்பது நல்லது. ஏனென்றால் அவற்றை உனக்குச் சமாளிக்கத் தெரியவில்லை. அது போகட்டும். நான் ஏன் உனக்குக் குத்துச்சண்டை சொல்லித்தரவேண்டும்?"

"ஏனென்றால் நான் உங்கள் மகன்" என்றேன்.

அதற்கு அவர், "இதெல்லாம் ஒரு காரணமா? நீ என் மகன் என்ற ஒரே காரணத்திற்காகக் குத்துச்சண்டைப் பயிற்சியோ, வேறெந்த விஷயமோ நடக்கவேண்டும் என்று நினைக்காதே. நீ பிறந்த பிறகு என்னவாக ஆகப் போகிறாய் என்று நீ பிறப்பதற்குமுன் எனக்குத் தெரியாது" என்றார்.

பொறுமையை இழந்த நான் கோபத்துடன், "சரி. வாருங்கள். இப்போதே என் முகத்தில் குத்துங்கள்" என்றேன்.

அவர், "நீ நினைத்த அடுத்த கணமே என் முட்டியால் உன் முகத்தில் குத்துப்பட்டுக்கொள்ளலாம் என்று நினைக்கிறாயா, என்ன? என் கைகள் தேவையின்றி யாரையும் குத்துவதற்காக உருவாக்கப்பட்டவை அல்ல. நீ போய் உறங்கு" என்றார்.

என் தாத்தா தூக்கத்தில் இறந்துபோனபோது அவருக்கு எண்பத்தைந்து வயது. கலாச்சாரப் புரட்சியின்போது ஏற்பட்ட வன்முறையில் என்னுடைய மாமா ஒருவர் இறந்துவிட்டார். பணி ஓய்வுபெற்றிருந்த இன்னொரு மாமா குழப்பமில்லாத ஒரு வாழ்க்கையைத் தன் வீட்டில் வாழ்ந்துகொண்டிருந்தார். சில காலமாக நான் அவருடன் தொடர்பில் இல்லை.

மருத்துவ அவசர ஊர்தியில், என் தந்தையின் கால் நடுங்கியது. அவரது காலணிகளை நான் கழற்றியிருக்கவேண்டும் என்று அப்போதுதான் எனக்குத் தோன்றியது. அவருடைய பாதங்கள் மோசமாக வீங்கியிருந்தன. அவர் ஒரு மரத்துண்டைப் போல அசையாமல் அமைதியாகப் படுத்துக் கிடந்தார். அவருடைய இதயத் துடிப்பும், ரத்த அழுத்தமும் அருகில் இருந்த கருவியின் திரையில் தெரிந்தன. அப்பாவுடைய பாதங்களைக் கவனித்த மருத்துவர் �சூ தன் ஆட்காட்டி விரலால் ஒவ்வொரு பாதமாக நன்கு அழுத்திப் பார்த்தார்.

நான், "ஏதாவது பிரச்சனையா?" என்று கேட்டேன்.

மருத்துவர், "உங்கள் அப்பாவின் பாதங்கள் ஏன் இவ்வளவு சிறியதாக இருக்கின்றன?" என்றாள்.

நான், "ஏன்? அதனால் என்ன?" என்று கேட்டேன்.

"ஒருவருடைய பாதத்தின் அளவுக்குத்தான் அவருடைய இதயம் இருக்கும் என்று சிலர் சொல்வது அர்த்தமற்றது என்றாலும், உங்கள் அப்பாவின் பாதங்கள் உண்மையில் மிகச் சிறியனவாக உள்ளன. அத்துடன் எனக்கு இன்னொரு விஷயமும் புரியவில்லை. அவரை நான் முதலில் பரிசோதித்தபோது அவருடைய உடல் இருந்த நிலைமையை வைத்துப் பார்த்தால் அவருடைய இதயம் இப்போதுவரை துடித்துக்கொண்டிருக்க வாய்ப்பே இல்லை. ஆனால் இப்போதோ, அவருடைய இதயத் துடிப்பு இருபத்தி

ஐந்து ஆகவும், ரத்த அழுத்தம் நாற்பதுக்கு எண்பது ஆகவும், நம்ப இயலாத அளவுக்கு அவருடைய உடல்நிலை வெகு இயல்பாக இருக்கிறது. அப்பட்டமாகச் சொல்லவேண்டும் என்றால் அவர் இந்த நேரத்திற்குச் செத்திருக்கவேண்டும். எனக்கு இதில் அதிக அனுபவம் இல்லையென்றாலும், முப்பது வருட அனுபவம் வாய்ந்தவர்கள்கூட இதுபோன்ற சூழலைச் சந்தித்திருக்க வாய்ப்பில்லை. சரி. நீங்கள் என்ன வேலை செய்கிறீர்கள்?"

நான், "நானா? நான் எந்த வேலையும் செய்யவில்லை" என்றேன்.

"ஏன்?"

நான், "ஏனென்றால் எனக்கு வேலை செய்யப் பிடிக்கவில்லை. நான் ஒரு பெரிய சோம்பேறி. இது ஒருவிதமான வியாதியா?" என்று கேட்டேன்.

"நீங்கள் சோம்பேறி இல்லை. சோம்பேறிகள் வழக்கமாக எதற்கும் கலக்கம் அடையமாட்டார்கள். நீங்கள் சோம்பேறி என்று எனக்குத் தோன்றவில்லை. உங்களுக்கு வேலை இல்லை என்றால் பிறகு நீங்கள் என்ன செய்கிறீர்கள்?"

"வீட்டில் சும்மா இருப்பேன்."

"நீங்கள் பௌத்த மதத்தைச் சேர்ந்தவரா?"

"இல்லை. சில சமயங்களில் சலிப்பு ஏற்படும்போது நான் தட்டச்சு செய்வேன்."

"என்ன தட்டச்சு செய்வீர்கள்? நீங்கள் எழுத்தாளரா?"

நான், "ஆமாம் புனைகதைகள் எழுதுவேன். அது சிறுபிள்ளைத் தனமானவையாக இருக்கும். ஆனால் எனக்குச் சிறுகதைகள் எழுதப் பிடிக்கும்."

"உங்களுக்குத் தூக்கம் வருவதுபோல் இருந்தால் நீங்கள் தூங்குங்கள். உங்கள் அப்பாவின் உடல்நிலை சீராக இருக்கிறது. நான் அவரைப் பார்த்துக்கொள்கிறேன்."

"உங்களுக்கு எவ்வளவு கடமை உணர்வு!" என்றவன் சிறிது நேர மௌனத்திற்குப் பிறகு மெல்லிய குரலில், "கிளம்பும்போது பணம் எடுத்துக்கொண்டு வர மறந்துவிட்டேன். அதை நினைத்து வருந்துகிறேன்."

"இது கடமை உணர்வெல்லாம் கிடையாது. நான் வேலைக்குப் புதிது என்பதால் மருத்துவமனையில் எடுக்கப்படும் எந்த முடிவும் என்னிடம் கலந்து ஆலோசித்த பிறகு எடுக்கமாட்டார்கள். கடந்த ஆறு மாதங்களாகத் தொடர்ந்து மிக அதிக அளவில் இரவு பகலாகப் பணியாற்றி வருகிறேன். முயற்சி செய்தாலும் என்னால் இப்பொழுது தூங்கமுடியாது. அதேசமயம் எனக்குக் களைப்பு ஏற்பட்டால் நீங்கள் எவ்வளவு பணம் தந்தாலும் என்னால் கண் விழித்திருக்க முடியாது. நீங்கள் ஒரு எழுத்தாளர் என்கிறீர்கள். இதுபோன்ற விநோதமான சிந்தனைகள் உங்களுக்கு எப்படித் தோன்றுகிறது? அதுமட்டுமின்றி உங்கள் அப்பாவின் உடல்நிலை இப்படி மோசமாக இருக்கும்போது, மருத்துவத் துறையில் பணிபுரியும் எவரும் அவரை நன்கு கவனித்துக்கொள்ளவே விரும்புவார்கள். இது பரம்பரை நோய் என்று சொன்னீர்களே?"

நான், "ஆம். பரம்பரையாக வரும் மாரடைப்பு" என்றேன்.

"உங்கள் குடும்பத்தில் இது வேறு யாருக்கு இருக்கிறது?"

நான், "இது இடையில் ஒரு தலைமுறையை விட்டுவிடும். என் கொள்ளுத் தாத்தா இதனால் பாதிக்கப்பட்டு இறந்தார். ஆனால் என் தாத்தாவுக்கு இந்தப் பிரச்சினை இல்லை. அவர் நன்றாக இருந்தார்" என்றேன்.

அவர், "உங்கள் கொள்ளுத் தாத்தா 1900 வாக்கில் பிறந்தவராக இருப்பார்தானே. அவர் எப்போது இறந்தார்?" என்று கேட்டார்.

நான், "அவர் இறந்தபோதுஎன் தாத்தாவுக்கு இருபது வயது இருந்திருக்கும் என்று நினைக்கிறேன்."

மருத்துவர் சூ, "நோயைக் கண்டறிந்தது சீனரா அல்லது மேற்கத்திய மருத்துவரா?"

நான், "எனக்குத் தெரியாது. ஆனால் அவர் நிச்சயமாக இதய நோயால்தான் இறந்தார்" என்றேன்.

அவர், "உங்களால் எப்படி அவ்வளவு உறுதியாகச் சொல்லமுடியும்?" என்று கேட்டார்.

"நான் அவருடைய வாரிசு. எனக்கு நிச்சயமாகத் தெரியும். இது எங்கள் குடும்ப வரலாறு."

மருத்துவர் இதற்குப் பதிலளிக்கவில்லை. நான் உரையாடலைத் தவறான திசையில் எடுத்துச் சென்றுவிட்டது எனக்குப் புரிந்தது. நான் ஓட்டுநரைத் திரும்பிப் பார்த்தேன். ஆனால் அவருடைய கழுத்தின் பின்புறம் இருந்த கழுத்துப் பட்டை மட்டுமே என் கண்களில் பட்டது. நாங்கள் பேசியது எதையும் அவர் கேட்டதாகத் தெரியவில்லை. திடீர்த் திருப்பங்கள் இல்லாமல் வாகனம் சீரான வேகத்தில் சென்றுகொண்டிருந்தது. ஆனாலும் நாங்கள் பல வேகமான வாகனங்களை முந்திச் சென்றோம்.

வெளியே முற்றிலும் இருட்டாக இருந்தது. சுற்றிலும் இருந்த மலைகளின் விளிம்புகளைத்தவிர வேறு எதையும் பார்க்க முடியவில்லை. வாகன ஒலிப்பான்களின் ஓசை இல்லை, வானொலிச் சத்தம் இல்லை. என் அப்பாவின் தலைக்குமேல் தொங்கும் ட்ரிப் கருவியில் இருந்து அவரது நரம்புகளில் இறங்கிக்கொண்டிருந்த மருந்துத் துளிகளைப்போல அந்த இரவுக்குள் அமைதியாக ஊடுருவியபடி நாங்கள் பயணித்துக்கொண்டிருந்தோம்.

அடுத்த ஒருமணி நேரத்துக்குள் எனக்குத் தூக்கம் வர ஆரம்பித்தது. நான் வீட்டில் இருந்திருந்தால், இரவு வெகுநேரம் விழித்திருப்பேன். புத்தகத்தைப் புரட்டுவது அல்லது ஒன்றிரண்டு பத்திகளை எழுதுவது அல்லது இசைப்பதுபோன்ற வேலைகள் எதுவும் இல்லாதபோதும் நான் பெரும்பாலும் அதிகாலை இரண்டு மணிவரை விழித்திருந்து பிறகு தாமதமாக எழுந்திருப்பேன். என் அப்பா சீக்கிரம் தூங்கச் சென்று, சீக்கிரம் எழுந்துவிடுவார். இரவில் சில சமயங்களில் இருமல் வந்தாலும் அவர் குறட்டைவிட்டதில்லை. பெயிண்ட் தொழிற்சாலை ஒன்றில் வேலை செய்து வந்தவர் மூச்சுக்குழாய் அழற்சியால் பலகாலம் பாதிக்கப்பட்டிருந்தார். இரவில் அவருக்கு இருமல் வந்தாலும் அதனால் அவர் கண்விழித்து எழுந்து நான் பார்த்ததே இல்லை. அது அவருடைய உறக்கத்தின் ஒரு பகுதியாக, ஒருவர் தூக்கத்தின் இடையே புரண்டு படுப்பதுபோல இயல்பானதாக மாறியிருந்தது.

அவர் எப்போதும் தனது தோள்களை இறுகப் பிடித்துக்கொண்டு உறங்குவார். படுக்கையில் நிறைய ஆட்கள் படுத்துக்கொண்டு அவரை நெருக்குவதுபோல மிகச் சிறிய அளவு இடத்தை மட்டுமே ஆக்கிரமித்தபடி சுருண்டு படுத்திருப்பார். ஏன் இப்படி உறங்குகிறீர்கள் என்று கேட்டால், தான் குத்துச்சண்டை பற்றி

கனவு கண்டதாகக் கூறுவார். ஆனால் அது எந்தளவுக்கு உண்மை என்று எனக்குத் தெரியாது.

கோடையில், அவரது போர்வை அவரது கால்களுக்கு இடையில் கிடக்கும். அத்துடன் சட்டை அணியாதிருப்பதை விரும்பாத என் அப்பா எப்போதும் கைவைக்காத மஞ்சள் நிற டிஷர்ட் ஒன்றை அணிந்திருப்பார். குளிர்காலத்தில், போர்வையைக் கழுத்துவரை இழுத்துப் போர்த்தியிருப்பார். ஆனாலும் அவர் அதேபோல் சுருண்டு படுத்திருப்பது நன்கு தெரியும்.

லேசாகப் புரண்டுகொண்டிருந்த நான் விழித்தெழப் பத்து நிமிடங்களுக்கு மேலாகி இருக்கும். கண்விழித்து நினைவு தட்டியதுமே நான் குற்ற உணர்ச்சியால் தாக்கப்பட்டேன். அந்தப் பத்து நிமிடங்களில் அவர் இறந்துவிட்டிருந்தால் என்ன செய்வது? இந்தக் குட்டித் தூக்கம் பல வருடங்கள் நீடித்து முழு உலகமுமே மாறிவிட்டதுபோல் தோன்றியது.

மருத்துவர் சூ என் அப்பாவின் கைகளைப் பிடித்துப் பார்த்துக் கொண்டிருந்தார். முதலில் தான் அமர்ந்திருந்த இடத்திலிருந்து பார்த்தவர், பிறகு அருகில் சென்று அவருக்கு அருகில் சம்மணமிட்டு அமர்ந்தபடி பார்த்தார்.

நான், "என்ன ஆயிற்று?" என்று கேட்டேன்.

மருத்துவர் சூ, "உங்கள் அப்பா பியானோ வாசிப்பாரா?" என்று கேட்டார்.

நான், "இல்லை, அவர் ஒரு தொழிலாளி" என்றேன்.

"அவருடைய விரல்கள் அசைவதைப் பாருங்கள்."

நான் தூக்குப் படுக்கையின் பக்கத்தில் மண்டியிட்டு அமர்ந்தேன். அவருடைய இடது கை ட்ரிப் அருகே நங்கூரமிடப்பட்டாற்போல அசையாமல் இருந்தது. காட்சித் திரையுடன் இணைக்கப்பட்ட க்ளிப் அவரது வலது ஆள்காட்டி விரலில் இருந்தது. அவர் தனது கட்டைவிரலால் கிளிப்பைத் தள்ளிவிட்டார். பிறகு கட்டை விரல் தொடங்கி சுண்டு விரல்வரை அவருடைய ஐந்து விரல்களும் மெத்தையின் விளிம்பில் தட் தட் என விடாமல் தட்டின. அவை பனிரெண்டு முறைகளுக்குமேல் க்ளிப்பைத் தள்ளிவிட முயன்று தோல்வியுற்றன.

டாக்டர் சூ மானிட்டரைப் பார்த்தார். "அவருடைய இதயத்துடிப்பு இந்த விரல்களின் வேகத்துக்கு ஈடாகக் குறைந்துவருகிறது. என்னதான் நடக்கிறது?" என்றார்.

நான், "எனக்குத் தெரியாது" என்றேன்.

சிறிது நேரம் காத்திருந்த மருத்துவர் அப்பாவுடைய கை மீண்டும் நகரப்போவதில்லை என்பதை உறுதிசெய்த பின், கிளிப்பை மீண்டும் அதனுடைய இடத்தில் வைத்தார். தன்னுடைய இடத்தில் அமர்ந்தவர், "இங்கு என்ன நடக்கிறது?" என்று தனக்குத்தானே முணுமுணுத்துக்கொண்டிருந்தார்.

நான், "என் அப்பா சிறுவயதிலிருந்தே குத்துச்சண்டைப் பயிற்சியில் ஈடுபட்டுவந்தார்" என்றேன்.

"என்ன வகையான குத்துச்சண்டை?"

நான், "அது பற்றி எனக்கு சரியாகத் தெரியாது. ஆனால் குத்துச் சண்டையில் எப்போதும் ஒரே பாணிதான். அவர் தினமும் காலை ஒருமுறை மாலை ஒருமுறை எனச் சில மணிநேரங்கள் பயிற்சி செய்வார். எப்போதும் ஒரே மாதிரியான நகர்வுகள்தான் இருக்கும்" என்றேன்.

"பூங்காவிலா?"

நான், "இல்லை, அவருடைய படுக்கையறையில்" என்றேன்.

"படுக்கையறையில், தற்காப்புக் கலைப் பயிற்சியா?"

"ஆமாம். அவருக்குக் கோடை, குளிர்காலம் எல்லாம் ஒன்றுதான்."

மருத்துவர்,"சரி, இது நரம்புப் பிடிப்பாகவோ, அனிச்சைச் செயலாகத் தன்னையறியாமல் விரல்களை அசைப்பதாகவோ இருக்கலாம். இது அசாதாரணமான விஷயமல்ல. நான் சொல்வதை நினைவில் வைத்துக்கொள்ளுங்கள். உங்கள் தந்தை இறந்துகொண்டிருக்கிறார். அவரது இதயம் பலவீனமடைந்து வருகிறது. பெய்ஜிங்கிற்குச் செல்வோமா என்பது உறுதியாகத் தெரியவில்லை" என்றார்.

"ஆனால், அவரது விரல்கள் மிகவும் சீராக நகர்ந்தனவே" என்றேன்.

அவர், "அது ஒரு விஷயமல்ல. சில சமயங்களில் நம் உடல்கள் உருமறைப்புப்போல இப்படிச் செய்யக்கூடியவை. நீங்கள் உங்களை

மனதளவில் தயார்படுத்திக்கொள்ளவேண்டும்" என்றார்.

"நீங்கள் சொல்வதுபோல் ஏதாவது ஆகிவிட்டால், நாம் என்ன செய்யவேண்டும்?"

"வண்டியை அப்படியே மறுபடி திருப்பவேண்டியதுதான். அவருக்கு இப்போது வலி இல்லை என்று நினைக்கிறேன்."

நான், "இதை எப்படி வைக்கவேண்டும்?" என்று கேட்டேன்.

"இது ஒரு பலூன். எப்படி பலூனுக்குள் இருந்து காற்று எப்படி இறங்குகிறதோ, அதுபோலத்தான் இதுவும்."

நான், "இந்த ஒப்பீடு எனக்கு வலி தருகிறது."

"உங்கள் வலியும் அவருடைய வலியும் இரண்டு வெவ்வேறு விஷயங்கள்."

நான், "ஆம், உங்களால் இரண்டையும் குறைக்க எதுவும் செய்ய முடியாது" என்றேன்.

அந்த வார்த்தைகள் என் வாயிலிருந்து வெளியேறிய நொடியே அதற்காக நான் வருந்தினேன். அந்த மருத்துவரால் எதாவது செய்ய முடியும் என்று நான் எப்படி எதிர்பார்க்க முடியும்? அவர் அவசர அறையில் பணிபுரியும் ஒரு மருத்துவர்மட்டுமே. அவர் எங்களுக்கு ஒரு அந்நியர். அவர் இந்த வாகனத்தில் இந்த நொடியில் என்னுடன் பயணிக்க என்ன காரணம் என்று கடவுளுக்குத்தான் தெரியும்.

நான், "மன்னித்துவிடுங்கள், அது உங்கள் வேலை இல்லை" என்றேன்.

என் தந்தையின் போர்வையை உயர்த்திய மருத்துவர் சூ, "மன்னிப்பு கேட்க வேண்டியதில்லை. நீங்கள் சொல்வது அனைத்தும் உண்மை. எனக்கு ஒரு கை கொடுங்கள். அவருடைய மூத்திர உறையை மாற்றவேண்டும்" என்றார்.

நான் ஜன்னல் வழியே சாலையைப் பார்த்தபோது போக்குவரத்து குறைவாக இருப்பதைக் கவனித்தேன். அப்போது அதிகாலை மூன்று மணி இருக்கலாம். அநேகமாக ஹெபெய் மாகாணத்தை அடைந்திருப்போம். கடந்த ஒரு மணி நேரமாக நான் என் தந்தையின் இறுதிச் சடங்கைப் பற்றி யோசித்துக்கொண்டிருந்தேன். என் முன்

இருக்கும் எண்ணற்ற பணிகளை யோசித்தால் உண்மையில் தலை வலித்தது. என் தந்தை தன் படுக்கையில் எப்போதும் வைத்திருந்த உள்ளங்கை அளவிலான ஒரு புத்தகத்திலிருந்து தொலைபேசி எண்களை எடுத்துப் பல ஆண்டுகளாக நான் பேசாதிருந்த எங்கள் உறவினர்களைத் தொடர்புகொள்ளவேண்டும்.

அரசு நடத்திய தொழிற்சாலையில் இருந்து ஓய்வு பெற்ற உடனே ஒரு தனியார் நிறுவனத்தில் பெயிண்ட் பூசும் வேலையில் சேர்ந்துவிட்ட அப்பா நோய்வாய்ப்படும்வரை அங்கு பணியாற்றினார். நான் இப்போது அவருடைய சக ஊழியர்களை அணுகவேண்டும். அவர்கள்தான் அவருடைய இறுதிச் சடங்குக்கான செலவுகளுக்குப் பணம் கொடுப்பார்கள். ஊர்வலத்திற்காகச் சில வாகனங்களைவேறு ஏற்பாடு செய்யவேண்டும். அந்தச் சிறிய தொழிற்சாலையின் அலுவலகத்தில், அலட்சியமான முகபாவம்கொண்ட நடுத்தர வயது ஆட்களுடன் அமர்ந்து நான் இதைப் பற்றி விவாதிப்பதைக் கற்பனை செய்ததும் மேலும் அதிக மன அழுத்தத்தை உணர்ந்தேன். இதையெல்லாம் நான் மட்டுமே தனியாகச் செய்யவேண்டும்.

இந்த இரவில் என்னுடன் குறைந்தபட்சமாக இரண்டு பேர் இருந்தனர். என் தந்தையால் தன் பங்கு பொறுப்பை ஏற்றுக்கொள்ள முடியும். காரணம், எந்த நிலையில் இருந்தாலும், அவர் எப்போதும் என் வாழ்க்கையில் பங்கேற்பார். அத்துடன் அவர் இறந்துவிட்டால் என் வாழ்க்கையில் நான் மட்டுமே எனக்காக எஞ்சியிருப்பேன் என்பது சுமையளிப்பதாக இருந்தது. ஆனால் சுதந்திரம் என்பது இப்படித்தான் இருக்கும்போல என்று யூகித்தேன். ஆனால் அது நிகழும்போது நான் அதை எழுதவேண்டுமா என்ன? என் அப்பா என் எழுத்தைப் பற்றி இதுவரை எந்தக் கருத்தையும் தெரிவித்ததில்லை. அவர் என் கதைகளில் ஒரு வார்த்தையைக்கூடப் படித்ததில்லை. ஆனால் நான் என்ன அவருக்காகவா எழுதினேன்? இதற்கு இல்லை என்பதே பதில் என்றால், இப்போது எனக்கு ஏன் இவ்வளவு சந்தேகம் வருகிறது?

நிச்சயமாக நான் தொடர்ந்து எழுதவேண்டும் என்று எனக்கு நானே சொல்லிக்கொண்டேன். நான் அவருக்காக இதைச் செய்யவில்லை. அவரைத் தவிர உலகில் உள்ள அனைவருக்காகவும் எழுதுகிறேன். ஆனால் இந்த எண்ணவோட்டங்கள் பாலைவனப் பள்ளத்தாக்கு ஒன்றில் இருந்து யாரோ போடும் கூச்சலின் எதிரொலிகளைப்போல என் தலைக்குள் ஓசை எழுப்பின.

விடியற்காலை மூன்றரை மணியளவில், டாக்டர் சூ, “எனக்கு லேசாகத் தூக்கம் வர ஆரம்பிக்கிறது” என்றார்.

நான், "சிறிது நேரம் கண்ணை மூடி ஓய்வெடுங்கள்" என்றேன்.

"நான் அரை மணிநேரம் தூங்குவேன். ட்ரிப் ஏறுவதையும் அவரது இதயத் துடிப்பையும் கண்காணிக்கவேண்டும். ஏதாவது சிக்கல் என்று தோன்றினால் என்னை எழுப்புங்கள்."

நான், "சரி" என்றேன்.

மருத்துவர் தன் கையைத் தலையணையாக வைத்தபடி இருக்கையில் படுத்துக்கொண்டதுமே உறங்கிவிட்டார்.

மணி நான்கு ஆகியும் மருத்துவர் தூங்கிக்கொண்டிருந்தார். ஆனால் நான் அவரை எழுப்பவில்லை. காரணம் என் தந்தையின் முக்கிய உடல் உறுப்புகளில் எந்த மாற்றமும் தென்படவில்லை; மருத்துவர் கணித்தபடி அவருடைய இதயத் துடிப்பு குறையவில்லை. எனக்குச் சோர்வு எதுவுமில்லை. ஆனால் நீண்ட நேரம் கழுத்தை அசைக்காமல் இருந்ததால் கழுத்து வலித்தது. சிறுநீர் கழிக்கும் உந்துதல், சமையலறையில் பாத்திரங்கள் கழுவும் தொட்டியின் குழாயை யாரோ இழுத்துத் திறப்பது போலத் திடீரென எழுந்தது.

மெல்லிய குரலில் ஓட்டுநரிடம், "நான் சிறுநீர் கழிக்கவேண்டும். வழியில் எங்காவது ஓய்வறை இருக்கிறதா?" என்று கேட்டேன்.

அவர் பதில் சொல்லாமல் சாலையை நோக்கியபடி வண்டி ஓட்டிக்கொண்டிருந்தார். என்னால் சிறுநீரை அதற்குமேல் அடக்கமுடியும் என்று தோன்றவில்லை.

நான் சிறிது முன்னால் சென்று, "ஐயா, உங்களைத் தொந்தரவு செய்வதற்கு மன்னிக்கவும். ஆனால் நான் கழிவறையைப் பயன்படுத்தியே ஆகவேண்டும்" என்றேன்.

அப்போதும் அவர் எதுவும் பேசவில்லை. எனது கோரிக்கை அவருக்குக் கேலிக்குரியதாக இருந்ததுபோல.

நான் அவருடைய தோளைத் தட்டி, "ஐயா, நான் சிறுநீர் கழிக்கப் போகிறேன், உங்களால் வண்டியை நிறுத்தமுடியுமா?" என்று கேட்டேன்.

அப்போதுதான் அவருடைய கண்கள் மூடியிருந்ததைப் பின்பக்கக்

கண்ணாடிவழியே பார்த்துத் திடுக்கிட்டேன். இல்லை. நான்தான் தவறாக நினைத்திருக்கவேண்டும். ஒருவேளை அவருடைய கண்கள் மிகச் சிறியனவாக இருக்கின்றனவா? நான் முன்னோக்கிச் சாய்ந்து பார்த்தேன். இல்லை. அவர் ஆழ்ந்த உறக்கத்தில் இருந்தார். மூக்குவழியாகவும், வாய்வழியாகவும் சமமாகச் சுவாசித்தபடி, லேசாகக் குறட்டைவிட்டுக்கொண்டிருந்தார்.

அவருடைய முகத்தில் இருந்த ஒவ்வொரு தசையும் ஓய்வெடுத்துக் கொண்டிருப்பது போலிருந்தது. தெரு விளக்குகளின் வெளிச்சத்தில் கிரீஸின் மெல்லிய பளபளப்பு முகத்தில் ஒளிர, அவருடைய கைகள் வண்டியைச் செலுத்திக்கொண்டிருந்தன. சாலையில் இருந்த ஒரு சிறிய வளைவை, ஆக்சிலரேட்டரையும் க்ளட்சையும் மிதித்துச் சிறு தயக்கமும் இன்றிக் கடந்து, வாகனத்தை ஓட்டினார். அவருடைய தோளைப் பிடித்து உலுக்கியபோதும் அவர் கண்விழிக்கவில்லை. அடுத்து நான் அவரது கழுத்தின் பின்புறத்தைக் கிள்ளினேன். ஆனால் அப்போதும், எதுவும் நடக்கவில்லை. பிட்டத்தில் ஊசி குத்தியதுபோல் லேசாகத் துள்ளினார். அவ்வளவுதான். அப்போது நாங்கள் மணிக்கு தொண்ணூறு மைல் வேகத்தில் சென்று கொண்டிருந்தோம். என்னால் அவரை அசைக்கக்கூட முடியவில்லை.

இறுதி வகுப்பின் மணி அடிப்பதற்காகக் காத்திருக்கும் அடங்காத ஒரு பள்ளிக்குழந்தையைப்போல் என் சிறுநீர்ப் பை தவித்தது. என் அப்பாவின் அருகே சென்று, போர்வையைத் தூக்கி, நன்றாக உலர்ந்து, சற்றுச் சூடாக இருந்த மூத்திரப் பையை வெளியே எடுத்தேன். மருத்துவர் சூவைப் பார்த்தேன். அவர் அப்போதும் நன்றாகத் தூங்கிக்கொண்டிருந்தார்.

நான் என் காற்சட்டையைக் கீழே இறக்கியதும் திரவம் மூத்திரப் பைக்குள் விரைவாக உறிஞ்சப்பட்டது. இன்னமும்கூட சிறுநீர் பெய்யலாம் என்ற நிலையில் நான் இருந்தாலும், அதற்குள்ளாகவே சிறிய பருத்திப் போர்வைபோல் மாறியிருந்த மூத்திரப் பை முன்பைவிட மிகவும் கனமாக இருந்தது. நான் அதை மீண்டும் என் தந்தையின் பிட்டத்தில் அடைத்தேன். தளர்ந்துபோயிருந்த கால்களைப் பார்த்தபோது அவர் பிறந்தபோதிருந்து அவருடைய வலது தொடையில் இருக்கும் சிவப்பு நிற அடையாளக் குறி என் கண்ணில்பட்டது. நான் குழந்தையாக இருந்தபோதே அதைப் பார்த்திருந்தாலும் அதை மறந்துவிட்டிருந்தேன்.

மீண்டும் கால்சட்டையை மாட்டிக்கொண்ட பிறகு, நான் மருத்துவர் சூவைத் தட்டி, "எழுந்திருங்கள்! ஓட்டுனர் தூங்குகிறார். அவரை எழுப்ப நாம் ஏதாவது செய்யவேண்டும்" என்றேன்.

மருத்துவர் நகரவில்லை என்பதால் நான் அவருடைய கையைத் தலைக்கு அடியில் இருந்து வெளியே இழுத்தேன். அதனால் இருக்கையில் இருந்து கீழே விழுந்தாரேதவிர தூக்கத்தில் இருந்து விழிக்கவில்லை. நான் அவருடைய சுவாசத்தைச் சரிபார்த்தேன். இன்னும் உயிருடன்தான் இருக்கிறார். புருவம் சுருங்கி முகம்மட்டும் முன்பைவிட அதிக கவலையுடன் இருந்தது; இடையிடையே பெருமூச்சுவிட்டார். எதிர்பாராமல் கீழே விழுந்ததில் அவருடைய தலை வண்டியின் தரைப் பகுதியில் மோதியது. நான் அவரைக் குண்டுக்கட்டாகத் தூக்கி இருக்கையில் கிடத்தியபோது திடீரெனக் கண் விழித்து,"இன்னும் எவ்வளவு நேரம் ஆகும்?" என்று கேட்டார்.

நான், "எனக்குத் தெரியாது" என்றேன்.

மருத்துவர், "எனக்கு இன்னும் சிறிது நேரம் கொடுங்கள், நான் கிட்டத்தட்ட முடித்துவிட்டேன்" என்றார். அவ்வளவுதான். அதன் பிறகு, மௌனம்.

நான் மறுபடி இருக்கையில் அமர்ந்தேன். சாலையில் வேறு வாகனங்கள் எதுவும் தென்படவில்லை. எல்லாத் திசைகளிலும் பால்போன்ற வெண்ணிற மூடுபனி சூழ்ந்திருந்தது. நாங்கள் பெய்ஜிங்கை நெருங்கியிருக்கவேண்டும். பணம் எடுத்துக் கொண்டு வர மறந்துவிட்டது போலவே வாசிப்பதற்கும் எதையும் எடுத்து வரவில்லை என்பதை இப்போது உணர்ந்தேன். இந்த நேரத்தில், இந்தச் சூழலைக் கடந்துபோக ஒரு புத்தகம் எனக்கு மிகவும் தேவையாக இருந்தது. காலாவதியான ஓர் இலக்கியப் பத்திரிகைகூட அந்த வேலையைச் செய்திருக்கும். நான் சமீபத்தில் படித்த ஏதாவது ஒன்றை என் நினைவுக்குக் கொண்டு வரக் கடுமையாக முயற்சித்தேன்.

ஒரு கவிதை, இல்லை பாதி கவிதை, என் மனதில் தோன்றியது. அந்தக் கவிஞர் யாரென்று நினைவுக்கு வரவில்லை. ஆனால் என்னுடைய எழுத்தாள நண்பர் ஒருவர் இந்தக் கவிதையை இணையத்தில் பதிவிட்டிருந்தார்:

இன்னும் இளமையோடும்,
இன்னும் லட்சியத்தோடும், இடதுசாரியாக இருந்தும்
வலதுசாரியின் நிலைப்பாட்டோடு
கொழுத்த உடலுடன்
சின்ஜியாங்கில்
பட்டினி கிடந்தவர்,
சாங்ஷாவில் இருந்த தன்
வீட்டிற்குத் தப்பி ஓடினார்.
பாட்டி அவருக்காகத் தயாரித்தளித்த
பன்றி இறைச்சி சேர்த்த
முள்ளங்கி சூப்பில்
சிவப்புப் பேரீச்சம் பழங்கள்
மிதந்தன.
வீட்டிற்குள் புகையும் ஊதுபத்திகள்
குழப்பத்தை அதிகமாக்குபவை.
அன்றைக்கு
என்ன செய்வது என்று
அவருக்குத் தெரியவில்லை.

அந்தக் கவிதையில் இன்னும் நிறைய வரிகள் இருந்தன. ஆனால் நான் அவற்றை மறந்துவிட்டேன். பாட்டிமாவும் சூப்பும் மனதுக்கு இதமான உருவங்கள் என்பதால் ஒருவேளை அவை எனக்கு நினைவில் நன்கு பதிந்திருக்கலாம். இந்தத் தருணத்தில் குழப்பத்தில் மூழ்கிக்கொண்டிருந்த என்னைக் காக்கவும், இந்த உலகில் மனிதர்களுக்கு இடையே உண்மையிலேயே தொடர்பு உள்ளதை எனக்குக் காட்டவும், வெம்மையைத் தணிக்கக் கூடிய, சிறிதளவு ஓசையும் சலசலப்பும் கொண்ட ஏதாவது காட்சிகளோ ஆறுதலான எண்ணங்களோ எனக்குத் தேவைப்பட்டன. வண்டியோட்டத்தில் மருத்துவர் சூவின் முகம் அவர் அமர்ந்திருந்த இருக்கையின் பின்புறம் அடிக்கடி இடித்துக்கொள்வதைக் கவனித்தேன். என்னுடைய குறுஞ்சட்டை, இரண்டு டிஷ்யூ காகிதப் பொட்டலங்கள் ஆகியவற்றுடன் மெத்தென்று இருந்த என்னுடைய பையை மருத்துவரின் தலைக்குக் கீழே வைத்தேன். ஓட்டுநர் வண்டியைத் தொடர்ந்து லாகவமாக ஓட்டிக்கொண்டிருந்தார். சாலையில் முன்னோக்கிச் செல்லும் வாகனங்களின் நகர்வுகளைக் கூர்மையாகப் பார்த்தபடி,

பின்புறக் கண்ணாடியைத் தன் காதுகளாக பாவித்து அவர் வண்டியோட்டுவதாக நான் நினைத்துக்கொண்டேன்.

என் சிறுவயதில் ஒருமுறை நானும் என் அப்பாவும் மரணத்தைப் பற்றிப் பேசியிருக்கிறோம். நான் அப்பாவிடம், "மரணத்தை வென்றுவிடுவேன் என்று அந்தக் குண்டுப் பையன் இன்று என்னிடம் சொன்னான். அவனால் அப்படிச் செய்யமுடியுமா?" என்று கேட்டேன்.

அப்பா, "அவன் நினைத்தால் முடியும்" என்றார்.

அவர் அப்போது காய்கறிகளை நீரில் கழுவிக்கொண்டிருந்தார். எளிமையாகத் தயாரிக்கக் கூடிய சில உணவுவகைகளைச் சமைப்பாரே தவிர உருளைக்கிழங்குகளையோ முள்ளங்கிகளையோ தொடவே மாட்டார். காரணம் அவர் கிராமப்புறத்திற்கு அனுப்பப்பட்டபோது அவைமட்டுமே அங்கு அவருக்கு சாப்பிடக் கிடைத்தன. அவை அவருடைய வயிற்றைப் பதம் பார்த்தன. அதன் பிறகு அவர் அவற்றைக் காய்கறிச் சந்தையில் பார்த்தால்கூட வேகமாக நடந்து அவற்றைக் கடந்துபோய்விடுவார்.

நான், "நான் இறந்த பிறகு என்னாகும்? என்னால் பழிவாங்கமுடியுமா?" என்று கேட்டேன்.

அவர், "இல்லை. நீ முற்றிலும் தோல்வியைச் சந்திப்பாய்" என்றார்.

நான், "நீங்கள் சாகப் போகிறீர்களா?" என்றேன்.

அவர், "ஆம். நான் எந்த நொடியிலும் இறந்துபோகலாம். உன் உள்ளங்கை முட்டி அளவுள்ள இதயம் என்ற ஒன்று மனிதர்களுடைய உடலில் உள்ளது. அது துடிப்பதை நிறுத்தும்போது மனிதன் இறந்துவிடுவான்" என்றார்.

"அது ஏன் துடிப்பதை நிறுத்தப்போகிறது? இப்போது அது துடித்துக்கொண்டிருக்கிறது. நாளையும் துடிக்கும். திடீரென ஏன் ஒரு நாள் துடிப்பை நிறுத்தும்?"

“அது இப்போது துடிக்கிறது. இதயம் மிகவும் ஆரோக்கியமாக இருந்தாலுமே ஒருவேளை அது நாளை துடிக்காமல் போகலாம். ஆனால் இதய பிரச்சினையால் நீ இறக்கப்போவதில்லை."

“அதெப்படி உங்களுக்குத் தெரியும்?”

"நீ பிறந்தபோது அது பேசுவதை நான் கேட்டேன். அதனுடைய குரலை வைத்து அது ஆரோக்கியமானது என்று எனக்குத் தெரிந்தது. அத்துடன் என் இதயத்தில் சில பிரச்சினைகள் உள்ளன. ஆகவே உன்னுடைய இதயத்தில் பிரச்சினை இருக்க வாய்ப்புகள் குறைவு. அப்படி இருந்தால் அது பகுத்தறிவுக்கு முரணான சிலவற்றுள் ஒன்று. எது எப்படியாயினும் இந்தப் பேச்சை இத்தோடு விடுவோம். அடுத்தமுறை அந்தக் குண்டுப் பையன் உன்னைத் தாக்க நினைத்தால் உன்னால் முடிந்த அளவுக்கு நீ வேகமாக ஓடி உயிர்பிழைத்துக்கொள்."

புரண்டு படுத்த மருத்துவர் சூ இருக்கையில் இருந்து கீழே விழாமல் வேகமாக சமாளித்துக்கொண்டார். நானும் கண்களை மூடிக்கொண்டேன். இப்போது என்னையும் சேர்த்து அவசர ஊர்தியில் பயணித்த அனைவருடைய கண்களும் மூடியிருக்க நாங்கள் அனைவரும் பொதுவான ஓர் இருளுக்குள் நுழைந்தோம். திடீரென இருமல் சத்தம் கேட்டதும் நான் அது ஓட்டநரிடமிருந்து வருகிறது என்றுதான் முதலில் நினைத்தேன். ஆனால் உப்புக் காகிதத்தைத் தேய்ப்பதுபோன்ற அந்தக் குரல் எனக்கு மிகப் பரிச்சயமான ஒன்று என்பதால் அது யார் என்பது உடனேயே புரிந்துவிட்டது. நான் கண்களைத் திறந்து பார்த்தபோது என் அப்பா எதனுடனோ மென்மேலும் கடுமையாகப் போராடிக் கொண்டிருப்பது தெரிந்தது. எப்படியோ இறுதியில் அவர் கண் விழித்துவிட்டார்.

"நான், "அப்பா" என்றதும் என்னை நிமிர்ந்து பார்த்தவர், எழுந்து உட்கார்ந்தார். அவர் கண்விழித்ததும் வழக்கப்படி இருமல் நின்றுவிட்டது.

"என்ன இதெல்லாம்?" என்றார்.

"நாம் பெய்ஜிங்கை நெருங்கிவிட்டோம்."

"பெய்ஜிங்கா? எதற்காக?"

நான், "உங்களுக்கு மாரடைப்பு ஏற்பட்டதால் மருத்துவம் பார்ப்பதற்காக நாம் அங்கு போகிறோம்" என்றேன்.

அவர்,"வேண்டாம், விடு. என்னுடைய இதயத்தைச் சில நிமிடங்களுக்கு முன் நான் என் கண்ணால் பார்த்தேன். அது புழுக்கள் அரித்துப்போய்க் கிடக்கிறது. என்னிடம் பேசிய ஒரு

புழு, "உன் தாத்தாவை எனக்குத் தெரியும்" என்றது. நீயும் பெய்ஜிங்குக்கு வருகிறாயா என்ன?"

நான், "ஆமாம். பிறகு வேறு யார் உங்களைப் பார்த்துக்கொள்வார்கள்?" என்று கேட்டேன்.

அவர், "என்ன அபத்தம் இது? என்னை யாரும் பார்த்துக்கொள்ள வேண்டிய அவசியம் இல்லை. இப்போது மணி என்ன?" என்று கேட்டார்.

நான், "காலை ஐந்து இருபது" என்றேன்.

"நான் வழக்கமாகச் செய்யும் குத்துச்சண்டைப் பயிற்சியை இன்று செய்யவில்லை. நாற்றமடிக்கும் இந்த மூத்திரப் பையை அகற்ற எனக்கு உதவி செய்" என்றார்.

பிறகு கம்பளியில் இருந்து ஊர்ந்தபடி வெளியேறிக் குத்துச் சண்டை பயிற்சியில் ஈடுபட ஆரம்பித்தார். இருபது நிமிடங்களுக்குப் பிறகு அமர்ந்தவர், “பயிற்சியை நான் மறந்துவிட்டேன்” என்றார்.

நான், "அதற்கு வாய்ப்பே இல்லையே. நீங்கள் நாற்பது வருடங்களாகத் தொடர்ந்து வரிசையாகச் செய்யக்கூடிய பயிற்சிகளாயிற்றே" என்றேன்.

அவர், "எனக்கு எதுவுமே நினைவில்லை. ஒரே ஒரு பயிற்சிகூட நினைவில்லை. என்னுடைய மொத்த வாழ்க்கையும் ஒரே நொடியில் இல்லாமல் ஆகிவிட்டது" என்றார்.

நான், " அப்படி எல்லாம் எதுவும் ஆகாது. இப்போது உங்களுடைய உடல்நிலை நன்றாக இருக்கிறதுதானே?" என்று கேட்டேன்.

அவர், "என்னுடைய மொத்த வாழ்க்கையும் கடந்த காலமாகிவிட்டது. இது இப்படி நடக்கும் என்று எனக்கு முன்பே தெரியும். என்னுடைய வாழ்க்கை என் கைகளைவிட்டு நழுவிப்போய்விடும் என்று எனக்குத் தெரிந்ததால்தான் நான் குத்துச்சண்டைப் பயிற்சியில் தொடர்ந்து ஈடுபட்டேன். என்னால் வேறு என்ன செய்ய முடியும்? இப்போது அதுவும் மறந்துவிட்டதால் நான் நிம்மதியாக உணர்கிறேன். இறுதியில் இத்தகையதொரு கடினமான சூழலை நான் வெற்றிகொண்டுவிட்டேன். எல்லாம் முடிந்தது" என்றார்.

"சிறிது தண்ணீர் குடிக்கிறீர்களா?" என்று கேட்டேன்.

"எனக்குத் தாகமாக இல்லை. இப்போது என்ன செய்யலாம் என்று நினைக்கிறாய்?" என்று கேட்டார்.

நான், "எனக்குத் தெரியவில்லை. நீங்கள் இல்லாத ஒரு வாழ்க்கையை இந்த நொடிவரை என்னால் ஏற்றுக்கொள்ளவே முடியவில்லை. தயவுசெய்து இன்னும் சிறிது காலம் இருங்கள்" என்றேன்.

அவர், "என் இருப்பைப் பற்றி நீ மிக உயர்வாக நினைக்கிறாய். ஆனால் உன் வாழ்க்கை என்னுடையதைவிட அதிக அர்த்தம் கொண்டது என்பதற்கான சாத்தியங்கள் உள்ளன; உன்னுடைய இருப்பு என்னுடைய இருப்பைப் பேரார்வத்துடன் விழுங்குகிறது. நீ பிறந்ததில் இருந்து என்னுடைய இருப்பை தினம் தினம், சிறிது சிறிதாக ஒரு சின்ன ஸ்பூனால் சாப்பிட்டுக்கொண்டிருக்கிறாய். ஆனால் அது ஒரு விஷயமே இல்லை. அதற்காக நீ குற்ற உணர்ச்சிகொள்ளத் தேவையில்லை. நீ எப்போது திருமணம் செய்துகொள்ள உத்தேசித்திருக்கிறாய்?"

நான்,"அதைப் பற்றி நான் இதுவரை யோசிக்கவே இல்லை" என்றேன்.

"சரி. உனக்கு ஒரு மகன் பிறந்தபின் நீயும் ஒரு ஸ்பூனை வைத்து அவனைச் சாப்பிடுவாய். அந்தளவுக்கு உனக்குக் கடும் பசி எடுக்கும். நான் முன்பே சொன்னதுபோல், நீ என்னைக் கவனிக்காதபோது நான் உன் இதயம் பேசுவதைக் கேட்டேன். அது ஒரு விமானத்தின் இயந்திரம்போல திடகாத்திரமாக இருக்கிறது. அது தினம் என்னருகே உறுமிக்கொண்டிருப்பது எனக்குக் கேட்குமேதவிர உனக்குக் கேட்காது. அதனால்தான் நான் அமைதியாக இருக்கிறேன்."

அவர் பேசிக்கொண்டிருக்கும்போது வழக்கமாக இடையிடையே மௌனமாக இருப்பதுபோல, இப்போதும் சிறிது நேரம் அமைதியாக இருந்தார். அவர் மனதில் என்ன ஓடுகிறது என்று யாருக்குத் தெரியும்? ஒருவேளை தான் சொல்ல வந்ததை அவர் மறந்துவிட்டிருக்கலாம்.

மறுபடி புரண்டு படுத்த மருத்துவர் சூவின் முகம் இப்போது எங்களை எதிர்நோக்கி இருந்தது; அவருடைய கண்கள்

திறந்திருந்தாலும் அவர் எங்களைப் பார்க்கிறாரா என்று உறுதியாகத் தெரியவில்லை.

"நீங்கள் சொல்லும் விஷயங்கள் எனக்கு எந்த விதத்திலும் உதவாது" என்று மிக உறுதியாகச் சொன்ன மருத்துவர் ஸூ மீண்டும் ஒருமுறை "சுத்தமாக உதவாது" என்றார். "என்னால் வேறு எதுவுமே செய்யமுடியாது. கருவிகள் வழியே அனைத்தும் துல்லியமாகத் தெரிகின்றன. எல்லாக் கருவிகளும் உண்மையைத்தான் சொல்லும் என்பதால் நீங்கள் என்னிடம் பொய்சொல்லிக்கொண்டிருப்பதில் எந்த அர்த்தமும் இல்லை. உங்களுக்கு ஒன்று தெரியுமா? வரலாறு எப்போதும் பொய் சொல்லாது. உங்களைப் போன்றவர்களால் எந்தப் பயனும் இல்லை என்று வரலாறு நிரூபித்திருக்கிறது. உங்களுடைய மருத்துவ ஆவணங்களை என்னிடம் கொடுங்கள்" கண்கள் பாதி மூடியிருக்க, தன் தலையை லேசாக இருபுறமும் அசைத்த மருத்துவர், கடுமையான குரலில் "யார் இதை எழுதியது? இதெல்லாம் என்ன கையெழுத்து? இதை யாரால் படிக்கமுடியும்!" என்று பேச்சைத் தொடர்ந்தார்.

இதைக் கேட்ட என் அப்பா ஒரு வார்த்தையும் பேசவில்லை. அவருக்கு எதுவும் புரியவில்லை என்பது அவருடைய முகத்தில் இருந்து தெரிந்தது. அந்தப் பெண் என்ன பேசுகிறார் என்பதும் இப்படிப்பட்ட ஒரு நோயாளி ஏன் இந்த அவசர ஊர்தியில் பயணிக்கிறார் என்பதும் அவருக்குப் புரியவில்லை.

அப்போது யாரோ எட்டி உதைத்ததுபோல மருத்துவருடைய முழு உடலும் அதிர்ந்தது. பிறகு அவர் மறுபடியும் கண்களை இறுக மூடிக்கொண்டார்.

அப்பா, "நான் எழுந்துகொள்ள சிறிது உதவி செய்" என்றார்.

அவரை நான் தூக்குப் படுக்கையில் இருந்து தூக்கியபோது, தன் கைகளால் என்னைச் சுற்றியணைத்துக்கொண்டார். முடை நாற்றத்திற்குப் பதில் சிறு குழந்தைகள் மீதிருந்து வரும் இனிய நறுமணம் அவர்மீது வீசியது.

என் காதருகே "நான் விடைபெறுகிறேன். நம் பயணம் இத்துடன் முடிவுக்கு வருகிறது" என்றார்.

"இல்லை. அப்படிச் சொல்லாதீர்கள். உங்களுக்கு அப்படி ஒன்றும் வயதாகிவிடவில்லை. கிழவனாகும்வரை நீங்கள் காத்திருந்தாக வேண்டும்."

மறுபடியும் அவர், "விடைபெறுகிறேன்" என்றார்.

அவருடைய கண்கள் அலைவுற ஆரம்பித்ததும், நான், "தூங்கி விடாதீர்கள். நாம் சேரவேண்டிய இடத்திற்கு மிக அருகே வந்துவிட்டோம்" என்றேன்.

கண்களை அகலத் திறந்தவர், "நீங்கள் யார்?" என்றார்.

"நான் உங்கள் மகன்."

"சரி" என்று தலையாட்டியவர், "பயணம் பாதுகாப்பானதாக அமையட்டும். பத்திரம்" என்றார்.

பிறகு படுத்துக்கொண்டவர், கைகளை நீட்டிப் போர்வையை எடுத்துப் போர்த்திக்கொண்டார். சிலமுறை இருமலுக்கு இடையே உறங்கியவர் பிறகு மூச்சுவிடுவதை நிறுத்திக்கொண்டார்.

இதயத் துடிப்பைக் காட்டும் கருவியில் இருந்து 'பீப்' எனும் ஒலி எழத் தொடங்க, அந்தச் சத்தத்தைக் கேட்டு மருத்துவர் சூ விழித்துக்கொண்டார். தன்னைச் சுற்றிக் கைகளால் துழாவியவர் தன்னருகே எதுவும் இல்லை என்று உணர்ந்ததும் முழுதாக விழித்துக்கொண்டார். தன் தலைக்குக் கீழிருந்த அந்தப் பையை வைத்தது யார் என்று கேட்டார். "நான்தான்" என்றதும், அது தனக்கு மிக அசௌகரியமாக இருந்ததாகச் சொன்னார்.

நான் அவரிடம், "இங்கு இரண்டு விஷயங்கள் நடந்தன. ஒன்று, ஓட்டுனர் நீண்ட நேரமாக ஆழ்ந்து உறங்கிவருகிறார். இன்னொன்று என் அப்பா இறந்துவிட்டார்" என்றேன்.

மருத்துவர் என்னைச் சமாதானப்படுத்த விரும்பியது வெளிப்படையாகத் தெரிந்தது. ஆனால், தன் தொழில் சார்ந்த அவருடைய மனப்பாங்கு அதைச் செய்யவிடாமல் அவரைத் தடுத்தது. தலையை அசைத்தவர் ஒரு கம்பளியின் இழைகளைப் பிரித்து மறுபடி அதை நூலாக மாற்றுவதுபோல என் அப்பாவுடைய உடலில் பொருத்தியிருந்த ட்ரிப் கருவியை அகற்றினார்.

சில நிமிடங்களுக்குப் பிறகு விழித்துக்கொண்ட ஓட்டுநரின் முகத்தில் எந்தவிதக் கூச்சமும் தெரியவில்லை. அதுமட்டுமின்றி 'மோசமாக எதுவும் நடந்துவிடவில்லைதானே. ஆகவே என்னைப் பொறுத்தவரை எல்லாம் சரியாகவே நடந்தது' என்ற முகபாவம் தெரிந்தது. அத்துடன் அந்தக் குட்டித் தூக்கம், அப்போதுதான்

விடிந்ததுபோல அவரைப் புத்துணர்ச்சிகொள்ளச் செய்திருந்தது. அவர் மருத்துவர் சூவைத் திரும்பிப் பார்த்துப் பேசிய பிறகு, வந்த வழியே திரும்பிச் செல்வதாக முடிவெடுக்கப்பட்டது.

நான் மருத்துவர் சூவிடம், "இடையில் எங்காவது வண்டியைக் கொஞ்சம் நிறுத்தமுடியுமா?" என்று கேட்டேன்.

பயணத்தில் அடுத்து வந்த ஓய்வறை அருகே வண்டி நின்றதும் நான் கழிவறைக்குச் சென்றுவந்தேன். வண்டிக்குள் ஏறியபோது அதில் இருந்த மற்ற இருவரும் உறங்காமல் இருப்பதை உறுதி செய்துகொண்டேன். பிறகு என் அப்பாவின் கால்களுக்கு அருகே சுருண்டு படுத்துக்கொண்டேன்.

சுமைகள் இன்றி, இலக்குகள் அற்று இலகுவாக உணர்ந்தேன். என்னுடைய இதயத் துடிப்பு என்னுடன் பயணிக்க, சிறிது நேரத்தில் உறங்கிப்போனேன்.

ஷுவாங் சூட்டாவோ (40 வயது)

சமகாலச் சீன நாவலாசிரியரான ஷுவாங் சுவடாவோ, ஜிலின் பல்கலைக்கழகத்தின் ஸ்கூல் ஆஃப் லா' வில் பட்டம் பெற்றவர். 2010 ஆம் ஆண்டில் சீனா டெவலப்மென்ட் வங்கியின் லியானிங் கிளையின் ஊழியராகப் பணியாற்றியபோது 'காகோய்ல்' எனும் தன்னுடைய முதல் நாவலை 20 நாட்களில் எழுதி 'சைனா டைம்ஸ் ஃபிக்சன்' விருதை வென்றார். 2012 ஆம் ஆண்டில், 14-வது தைபே இலக்கிய விருதை வென்றார். இப் பரிசை வென்ற முதல் சீன எழுத்தாளர் இவரே. ஷுவாங், 'தியான்வுஸ் அக்கவுண்ட்' , 'எரா ஆஃப் தி டெஃப் அண்ட் டம்ப்' ஆகிய நாவல்களையும், 'மோசஸ் ஆன் தி ப்ளெய்ன்', 'தி ஏவியேட்டர்' , 'தி ஹண்ட்டர்' ஆகிய சிறுகதைத் தொகுப்புகளை வெளியிட்டுள்ளார்.

தினமும் பயன்படுத்து

ஆலிஸ் வாக்கர்

நானும் மேகியும் சேர்ந்து சுத்தப்படுத்தி உருவாக்கிய, அலைகளின் வடிவத்தில் இருந்த முற்றத்தில் நான் அவளுக்காக இப்போது காத்திருக்கிறேன். பொதுவாகப் பலரும் நினைப்பது போலில்லாமல் இத்தகைய ஒரு முற்றம் மிகவும் சௌகரியமானது. முற்றம் என்பது என்னைப் பொறுத்தவரையில் நீட்டிக்கப்பட்ட ஒரு வாழிடம். இறுகிய களிமண்ணாலான சுத்தமான தரையும், முனைகளில் பொடிமணல் தூவிய வரிசையான சிறு குழிகளுமாக இருக்கிற இந்த முற்றத்தில் யார் வேண்டுமானாலும் வந்து அமர்ந்து எல்ம் மரத்தை அண்ணாந்து பார்த்துக்கொண்டே வீட்டுக்குள் ஒருபோதும் வராத தென்றலுக்காகக் காத்திருக்கலாம்.

தங்களைச் சந்திக்க வரப்போகிற தன் சகோதரி இங்கிருந்து கிளம்பிப் போகும்வரை மேகி பதட்டமாகவே இருப்பாள். தன் கைகளிலும் கால்களிலும் இருக்கிற நெருப்பாலுண்டான தழும்புகளால் அழகிழந்து, அவமானத்துடன், தன் சகோதரியைப் பொறாமையும் துயரமும் கலந்து பார்த்தபடி தன்னம்பிக்கை இழந்து, மூலையில் நிற்பாள். தன் சகோதரி அவள் வாழ்க்கையை எப்போதும் தன் கைப்பிடிக்குள் வைத்திருந்தாள் என்றும் "இல்லை" என்ற சொல்லை அவளிடம் சொல்வதற்கு யாருமே அதுவரை கற்றுக்கொள்ளவில்லை என்றும் மேகி நினைத்தாள்.

'சாதித்த' குழந்தைகளின் பெற்றோர் மேடைக்குப் பின்புறமிருந்து

பலவீனமாகத் தள்ளாடியபடி வியப்புடன் அவற்றை எதிர் கொள்வதைத் தொலைக்காட்சி நிகழ்ச்சிகளில் நீங்கள் நிச்சயம் பார்த்திருப்பீர்கள். அத்தகைய தருணங்களில் பெற்றோர் மகிழ்ச்சியும் ஆச்சரியமும் ஒருசேர அடைகிறார்கள் (ஒருவேளை பெற்றோரும் குழந்தைகளும் ஒருவரை ஒருவர் சபிப்பதற்கும் அவமானப்படுத்திக்கொள்வதற்கும் மட்டும் நிகழ்ச்சிக்கு வந்தால் எப்படி இருக்கும்?) தொலைக்காட்சி நிகழ்ச்சியில் அம்மாக்களும் குழந்தைகளும் அணைத்துக்கொண்டு புன்னகைக்கிறார்கள். சில நேரங்களில் தாயும் தந்தையும் தேம்பி அழுகிறார்கள். குழந்தை அவர்களைத் தன்னுடைய கைகளால் அரவணைத்தபடி மேசையின்மீது சாய்ந்துகொண்டு, எப்படி அவர்களின் உதவியின்றி இது எதையுமே தான் செய்திருக்கமுடியாது என்று சொல்கிற இவ்வாறான நிகழ்ச்சிகளை நான் பார்த்திருக்கிறேன்.

நானும் என் மகள் டீயும் இத்தகைய ஒரு நிகழ்ச்சிக்குத் திடீரென அழைக்கப்படுவதாக நான் சில நேரங்களில் கனவு காண்பதுண்டு. அக் கனவில் கருத்த மென்மையான இருக்கைகொண்ட லிமோசின் காரிலிருந்து, திரளான மக்கள் கூடியிருக்கிற வெளிச்சம் மிகுந்த அறைக்கு நான் அழைத்துச் செல்லப்படுகிறேன். சாம்பல்நிற ஜானி கார்சன் போன்று புன்னகைக்கிற ஒரு விளையாட்டு வீரரை அங்கே சந்திக்கிறேன். அவர் என்னுடைய கைகளைக் குலுக்கி, “உங்கள் மகள் எவ்வளவு சிறப்புமிக்கவள்!” என்று புகழ்கிறார். அடுத்த காட்சியில் நானும் டீயும் மேடையின்மீது நிற்கிறோம். டீ ஆனந்தக் கண்ணீருடன் என்னை அணைத்துக்கொண்டிருக்கிறாள். ஆர்ச்சிட் ஒரு பகட்டான மலர் என்று என்னிடம் முன்பொருமுறை சொல்லியிருந்தாலும் இப்போது ஒரு பெரிய ஆர்ச்சிட் மலர்க் கொத்தை அவள் என்னுடைய உடையின்மீது பொருத்துகிறாள். இது என் கற்பனை.

ஆனால் நிஜ வாழ்வில் கரடுமுரடான வேலை செய்கிற ஆண்களின் கைகளையுடைய பருமனான பெண்மணி நான். குளிர்காலங்களில் கம்பளியால் ஆன இரவு ஆடைகளுடன் படுக்கைக்குச் செல்கிற நான், பகலில் தளர்வான மேலாடைகளை அணிந்திருப்பேன். ஒரு ஆணால் எப்படிக் கருணையேதுமின்றி காட்டுப் பன்றியொன்றைக் கொன்று சுத்தம் செய்ய முடிகிறதோ அதுபோல் என்னாலும் செய்ய இயலும். கடுங்குளிரின்போதும் என் உடலில் இருக்கும் கூடுதல் கொழுப்புச் சத்து என்னை வெம்மையாய் வைத்திருக்கும்.

துணிகளைத் துவைப்பதற்குத் தேவையான நீரைப் பெற, ஐஸ் கட்டியை உடைத்தபடி நாள் முழுதும் என்னால் வெளியில் வேலை செய்யமுடியும். சமைத்து அடுப்பிலிருந்து இறக்கியதும் காட்டுப் பன்றியின் உடலில் இருந்து பொங்கி வெளிவரும் அதன் ஈரலைக் கொதிக்கக் கொதிக்க என்னால் உண்ண முடியும். குளிர்காலமொன்றில் காளைமாட்டுக் கன்று ஒன்றின் கண்களுக்கு இடையே கூரிய சம்மட்டியால் மிகத் துல்லியமாக அதன் மூளையைத் தாக்கி வீழ்த்தி அதன் கறியை அன்றிரவு உண்டிருக்கிறேன்.

ஆனால் இவையெல்லாம் தொலைக்காட்சியில் நிச்சயம் காண்பிக்கப்படாது. என் கற்பனையில் தோன்றும் தொலைக்காட்சி நிகழ்ச்சியில் என் மகள் நான் எப்படி இருக்கவேண்டும் என்று விரும்புகிறாளோ நான் அப்படியே இருக்கிறேன். அதாவது, நிஜத்தில் இருப்பதைவிட நூறு பவுண்டுகள் மெலிதாகவும், என் தோல் வேகாத பார்லி ரொட்டியைப்போலவும், என் முடி பிரகாசமான விளக்குகளின் வெளிச்சத்தில் ஒளிரக்கூடியதாகவும் இருக்கும். வேகமும் நகைச்சுவை உணர்வும்கொண்ட என் பேச்சை சமாளிக்க ஜான் கார்சன் திணறுவார்.

ஆனால், இந்தக் காட்சியில் ஏதோ தவறு இருக்கிறது என்பது நான் கண்விழிக்கும் முன்பே எனக்குத் தெரிந்திருந்தது. ஜான் கார்சன் ஒரு வாயாடி என்று யாருக்குதான் தெரியாது? அந்நியமான ஒரு வெள்ளை மனிதனை நான் நேருக்குநேராகக் கண்ணோடு கண் பார்ப்பேன் என்று யாரால்தான் கற்பனை செய்து பார்க்க முடியும்? நான் வெள்ளையர்களுடன் பேசுகையில் என்னுடைய ஒரு பாதத்தை எப்போது வேண்டுமானாலும் பறக்கத் தயாராவதுபோன்ற தோற்றத்தில், உயர்த்தியே வைத்திருப்பேன். என் தலை எவ்வளவு முடியுமோ அவ்வளவு தூரம் அவர்களிடமிருந்து விலகி ஒளிந்துகொண்டிருக்கும். ஆனால் டீ யாரையுமே நேருக்கு நேராகக் கண்ணோடு கண்தான் பார்ப்பாள். தயக்கம் என்பது இயல்பிலேயே அவளுக்கு இல்லை.

“நான் எப்படி இருக்கிறேன் அம்மா?” பிங்க் நிறக் காற்சட்டையும் சிகப்பு நிற மேலாடையும் தன் மெலிந்த உடலை மூடி இருக்க, தன்னிருப்பைமட்டும் காட்டுகிற அளவுக்குக் கதவுக்குப் பின்னால் தன்னை மறைத்தபடி கேட்டாள் மேகி.

“இங்கே, முற்றத்துக்கு வா” என்றேன் நான்.

சொந்தமாக கார் வைத்து இருக்கக்கூடிய செல்வமிக்க ஒருவனின் கவனக்குறைவால் அவன் வண்டியில் அடிபட்ட நொண்டி விலங்கு, ஒரு நாய் என்று வைத்துக்கொள்வோம். தனக்குக் கருணை காட்டுமளவுக்கு அறிவற்ற யாராவது பக்கத்தில் இருக்கிறார்களா என்று அது சாய்ந்து தேடுவதை நீங்கள் எப்போதாவது பார்த்திருக்கிறீர்களா? அப்படித்தான் என் மேகி நடக்கும் விதமும் இருக்கும். நெருப்பு அந்த வீட்டை முழுவதுமாக எரித்து நிலத்தில் வீசியதிலிருந்து தன் நெஞ்சின்மீது முகவாயை அழுத்தி வைத்துக்கொண்டு, கண்கள் தாழ்ந்து நிலத்தைப் பார்க்க, பாதங்கள் நிலத்தைத் தேய்த்தபடி இப்படியான ஒரு தோற்றத்தில்தான் மேகி நடக்கிறாள்.

டீ, மேகியைவிட எடை குறைவானவள், நல்ல தலைமுடியும் வடிவான உடல்வாகும் கொண்டவள். அவள் வளர்ந்து பெரிய பெண்ணாகிவிட்டதை நான் சில சமயங்களில் மறந்துவிடுகிறேன். அந்த வீடு எரிந்து எவ்வளவு காலம் ஆயிற்று? பத்து அல்லது பன்னிரண்டு ஆண்டுகள் இருக்குமா? தீப்பிழம்புகளின் சத்தத்தை இப்போதும்கூட சில சமயங்களில் என்னால் கேட்கமுடிகிறது. என்னை ஒட்டிக்கொண்டிருந்த மேகியின் கைகள், எரிந்துகொண்டிருந்த அவளுடைய தலைமுடி, சிறிய கருத்த காகிதச் செதில்களாக அவள் மீதிருந்து விழுந்த அவளுடைய உடை என அனைத்தும் என் கண் முன்னே தெரிகிறது. திறந்து நீண்ட மேகியின் கண்கள் அவற்றில் பிரதிபலித்த தீப்பிழம்புகளின் ஜுவாலையால் திறந்தது போலிருந்தது.

தான் வழக்கமாக பிசினைத் துருத்தி எடுக்கும் இனிப்புப் பிசின் மரத்தின் கீழ் சிறிது தொலைவில், டீ இப்போது நின்றுகொண்டிருப்பதை நான் பார்த்தேன். எல்லாம் எரிந்த பின் இறுதியாக அந்த வீட்டிற்குள்ளிருந்து கருத்துப்போன சாம்பல் நிறப் பலகையொன்று சிவப்புச் செங்கல்லால் ஆன புகைபோக்கியை நோக்கி விழுவதை மிகுந்த கவனத்துடன் அவள் பார்த்துக்கொண்டிருந்தாள். “சாம்பலைச் சுற்றி நீ ஒரு நடனம் ஆடியிருக்கலாமே?” என்றுகூட அவளிடம் நான் கேட்க விரும்பினேன். அவள் அந்த வீட்டை அவ்வளவு வெறுத்தாள் என்று எனக்குப் புரிந்தது.

தேவாலயத்தைச் சார்ந்தவர்களும் நானும் அகஸ்டாவிலுள்ள பள்ளிக்கு அவளை அனுப்புவதற்காகப் பணம் திரட்டியதற்கு முன்புவரை அவள் மேகியை வெறுத்ததாகத்தான் நான்

நினைத்திருந்தேன். பொய்களையும், மற்றவர்களின் பழக்கவழக்கங்களையும், அவர்களின் மொத்த வாழ்வையும் வலிந்து வாசித்துக் காண்பித்து எங்கள் இருவரையும் சிறிதும் கருணையற்றுத் தன்னுடைய குரலுக்குக் கீழ் அறிவீனத்துடன் சிறையமர்த்துவாள். தான் உருவாக்கிய ஒரு நதியில் எங்களைக் குளிப்பாட்டி, நாங்கள் அறியவேண்டிய அவசியமற்ற பேரறிவால் எங்களைக் கொளுத்தி, தான் படிப்பவற்றின் தீவிரத் தன்மையால் எங்களைத் தன்னுடன் சேர்த்தணைத்தாள். நாங்கள் அதைப் புரிந்துகொள்ள முயற்சிக்கிற அதே கணத்தில் எங்களை முட்டாள்களைப்போல முன்னோக்கி நெருக்கித் தள்ளினாள்.

டீ சிறந்த பொருட்களையே விரும்பினாள். முன்பு யாராலோ எனக்கு அளிக்கப்பட்டு பழையதாகிப்போயிருந்த ஒரு பச்சை அங்கியை வைத்துப் புதிய ஆடை ஒன்றைத் தைத்தாள். பிறகு அதற்குப் பொருத்தமாக கறுப்பு நிற மடிப்புகளை உருவாக்கி, அதை ஒரு மஞ்சள் ஆர்கண்டி உடையுடன் இணைத்து, ஒரு நவீன ஆடையாகத் தன் உயர்நிலைப் பள்ளியின் பட்டமளிப்பு விழாவில் அணிந்துகொண்டாள். எத்தகைய பேரழிவையும் தன்னுடைய முயற்சி எனும் கண்களால் முறைத்துப் பார்த்து எத்தித் தள்ளும் உறுதியுடன் இருந்தாள். சில நேரங்களில் அவளுடைய கண்ணிமைகள் சில நிமிடங்களுக்குத் தொடர்ந்து துடிக்காதிருக்கும். அப்போது அவளை உலுக்குகிற என் மனதின் தூண்டுதலை எதிர்த்து நான் போராடவேண்டியிருக்கும். தன் பதினாறு வயதிலேயே தனக்கான ஒரு பிரத்யேக பாணி அவளிடம் தோன்றியிருந்ததுடன், அது என்ன பாணி என்பதும் அவளுக்குத் தெரிந்திருந்தது.

நான் கல்வி அறிவற்றவள். நான் இரண்டாம் வகுப்பு படித்ததும் அந்தப் பள்ளி மூடப்பட்டுவிட்டது. ஏன் என்று கேட்காதீர்கள். 1927இல், கருப்பின மக்கள் இப்போது இருப்பதைவிடக் குறைவாகவே கேள்வி எழுப்பினார்கள். சிலநேரங்களில் மேகி எனக்குப் படித்துக் காட்டுவாள். நல்ல மனத்துடனேயே படித்தாலும் பார்வை சரியாக இல்லாததால் தடுமாற்றத்துடன்தான் அவளால் படிக்க இயலும். தான் புத்திசாலி இல்லை என்று அவளுக்குத் தெரியும். நல்ல தோற்றமும் செல்வமும்போல வேகமும் அவளைவிட்டு நீங்கிக்கொண்டிருந்தது. அவள் (பாசி படிந்த பற்களைக்கொண்ட ஆர்வமுள்ள ஒருவனான) ஜான் தாமஸை மணந்துகொள்ள இருக்கிறாள்.

நான் ஒரு நல்ல பாடகியாக எப்போதும் இருந்ததில்லை என்றாலும், மேகியின் திருமணத்திற்குப் பிறகு இங்கு ஓய்வாக அமர்ந்து தேவாலயப் பாடல்களை எனக்கு நானே பாடிக்கொண்டிருப்பேன் என்று நினைக்கிறேன். இசையின் லயத்துக்கு ஏற்றபடி ஒருநாளும் பாடமுடியாத என்னால் ஒரு ஆணின் வேலையை எப்போதும் சிறப்பாகச் செய்ய முடியும். 1949 இல் நான் கிராமத்தில் இருந்தவரை பால் கறப்பதை மிகவும் விரும்பினேன். பசுக்கள் இனிமையானவை. மந்தமானவை. நாம் தவறான முறையில் பாலைக் கறக்க முயற்சித்தால் தவிர நம்மைத் தொந்தரவு செய்யாது.

நான் வேண்டுமென்றே இப்போது அந்த வீட்டுக்கு முதுகு காண்பித்து நின்றேன். எரிந்துபோன அந்த வீட்டைப்போலவே இதிலும் மூன்று அறைகள் இருக்கின்றன. இப்போதெல்லாம் யாரும் கூழாங்கற்களைக் கொண்டு கூரைகளை உருவாக்குவதில்லை. ஆகவே கூரைமட்டும் தகரத்தாலானது. நிஜமான சாளரங்களின்றி கப்பலில் உள்ள துவாரங்களைப்போல ஓரங்களில் வெட்டப்பட்ட வட்டமும் சதுரமும் அல்லாத சில துளைகள் சாளரங்களின் பணியைச் செய்தன. விலங்குகளின் பதனிடப்படாத தோல், ஜன்னல் கதவுகளை வெளிப்புறமாகத் தாங்கிப் பிடித்துக்கொண்டிருந்தது. இந்த வீடும், அந்த வீட்டைப்போலவே, மேய்ச்சல் நிலத்தில் இருந்தது. டீ இதைப் பார்க்கிறபோது அவள் அதை உடைத்துப் போட விரும்புவாள் என்பதில் சந்தேகமே இல்லை. வாழ்வதற்காக நாங்கள் எந்த இடத்தைத் 'தேர்ந்தெடுத்தாலும்' அவள் எப்படியாவது அங்கு வந்து எங்களைப் பார்ப்பாள் என்று ஒருமுறை அவள் எனக்கு எழுதியிருந்தாள். ஆனால் அவள் எப்போதும் தன்னுடைய நண்பர்களை அழைத்து வரமாட்டாள். மேகியும் நானும் இதைப்பற்றி யோசித்தோம். மேகி, "டீக்கு எப்போது அம்மா நண்பர்கள் இருந்தார்கள்?" என்று கேட்டாள்.

ஆனால் டீக்கும் சில நண்பர்கள் இருந்தனர். பள்ளி இல்லாத நாட்களில் பிங்க் நிறச் சட்டைகள் அணிந்து ஊர் சுற்றித் திரியும் கள்ளத்தனமான சிறுவர்களும், எப்போதும் சிரிக்காத பதட்டமான சிறுமிகளும்தான் அவள் நண்பர்கள். கவர்ச்சியான அவளுடைய பேச்சாலும், அழகான உருவத்தாலும், சுண்ணாம்புக் காரக் கரைசலில் வெடித்துக் கிளம்பும் குமிழ்கள்போல பிறர் மனதைத் துன்புறுத்தும் கேலியான அவளுடைய நகைச்சுவையாலும் ஈர்க்கப்பட்டு, அவர்கள் அவளைக் கொண்டாடினார்கள். அவள் அவர்களுக்கும் வாசித்துக் காண்பிப்பதுண்டு.

அவள் ஜிம்மி டியைக் காதலித்துக்கொண்டிருந்தபோது எங்களுக் கென்று செலவிட அவளிடம் நேரமே இருந்ததில்லை. ஏனெனில் தன்னுடைய குற்றம் கண்டுபிடிக்கும் ஆற்றல் முழுவதையும் அவள் அவன்மீதே பிரயோகித்துக்கொண்டிருந்தாள். பிறகு வெளிநாட்டுக்குச் சென்ற அவனோ நகர்ப்புறத்தில் வசித்த, அறியாமையும் பகட்டும் கொண்ட குடும்பம் ஒன்றின் இழிவான பெண் ஒருத்தியைத் திருமணம் செய்துகொண்டான். டீக்கு தன்னைத் தேற்றிக்கொள்ளக்கூட நேரமில்லை.

இன்று இங்கு வரப்போகும் டீயைச் சந்திக்க நான் காத்திருக்கிறேன். அதோ அவர்கள்! மேகி, காலை இழுத்துக்கொண்டு நடக்கும் தன்னுடைய வழக்கமான நடையில் வேகமாக வீட்டுக்குள் ஓட முயற்சி செய்தாள். ஆனால் நான் அவளைத் தடுத்து நிறுத்தி,

“இங்கு வா” என்றேன். அவள் நின்றபடிக்குத் தன் குதிகாலால் மணலில் ஒரு கிணற்றைத் தோண்டத் தொடங்கினாள்.

கடுமையான சூரியக் கதிர்களின் இடையே அவர்களைத் தெளிவாகப் பார்க்க முடியவில்லை. ஆனால் காரில் இருந்து கீழே வைக்கப்பட்ட அந்தக் காலைப் பார்த்த உடனேயே அது டீதான் என்று எனக்குத் தெரிந்துவிட்டது. அவளுடைய பாதங்களைக் கடவுளே ஒருவிதமான பாணியில் வடிவமைத்ததுபோல அவை எப்போதும் சுத்தமாக இருக்கும். காரின் அந்தப் பக்கம் இருந்து ஒரு குள்ளமான பருத்த மனிதன் இறங்கினான். முகம் முழுக்கக் கிடந்த ஒரு அடி நீளமுள்ள அவன் தலைமுடி கோவேறு கழுதையின் வாலைப் போல அவன் தாடையிலிருந்து சுருண்டு தொங்கியது. மேகி தன் மூச்சுக்காற்றைப் பதற்றத்துடன் உள்ளிழுத்தாள். திடீரென நெடுஞ்சாலையில் நம் பாதத்தின் எதிரே ஒரு பாம்பு சீறுவதைப் போல ஒலித்தது அந்த, “அஹ்ஹ்ஹ்ஹ்” எனும் ஓசை.

நான் இப்போது திரும்பி டீயைப் பார்க்கிறேன். தகிக்கிற இந்தப் பகல் பொழுதில் நிலம் வரை தாழ்ந்து தொங்கிய அவள் ஆடை சூரியனின் கதிர்களைக் கிரகித்து அதனை அவற்றுக்கே திரும்ப வீசும் அளவுக்கு மஞ்சளும் ஆரஞ்சு வண்ணமுமாகப் பளிச்சிடும் நிறத்தில் இருந்தது. என் கண்களைக் கூசச் செய்த அந்த ஆடை உமிழ்ந்த வெப்பக் காற்றில் என்னுடைய முகம் முழுதும் சூடானது. தங்கக் காதணிகள் அவளுடைய தோள்கள்வரை தொங்கிக்கொண்டிருந்தன. தன் அக்குளில் சிக்கிக்கொண்ட

ஆடையின் மடிப்புகளை இழுப்பதற்காக அவள் தன் கையை உயர்த்தியபோது அது காப்புடன் உரசியபடி ஓசை எழுப்பியது. அவள் எங்களை நெருங்கி வந்தபோது அந்த ஓசையை நான் ரசித்தேன். மேகி இப்போது மறுபடியும் “ஆஹ்ஹ்ஹ்” என்றாள்.

இரவைப்போல அடர் கறுப்பாக இருந்த டீயின் தலைமுடி, ஆட்டின்மீது வைக்கப்பட்ட கம்பளியைப்போல நேராக நிமிர்ந்து நின்றிருந்தது. முடிக்கற்றைகளை இறுகப் பின்னி அவள் இட்டிருந்த சிறிய ஜடை அவளுடைய காதுகளுக்குப் பின்னால் இரண்டு சிறிய பல்லிகள் ஒளிந்துகொண்டிருப்பதைப் போலக் காட்சியளித்தன.

“காலை வணக்கம்!” என்றாள் டீ. அவள் அணிந்திருந்த ஆடை அவள் உடலில் இருந்து வழுக்கிக்கொண்டிருந்ததால் அப்படியே காற்றில் மிதப்பதுபோல அவள் வீட்டுக்குள்ளே நுழைந்தாள். அவளைப் பின்தொடர்ந்து வந்த தொப்புள்வரை முடி சூழ்ந்திருந்த பருத்த குள்ளமான அந்த மனிதன் வாயெல்லாம் பல்லாக, “என் அம்மாவுக்கும் சகோதரிக்கும் அஸ்ஸலாமு அலைக்கும்” என்றான். மரியாதை நிமித்தமாக மேகியை அணைத்து முகமன் சொல்ல முன்னேறினான். ஆனால், அதிர்ந்து தடுமாறிய அவள், என்னுடைய நாற்காலியின்மீது மோதிக் கீழே விழுந்தாள். நடுங்கிக் கொண்டிருந்த அவளுடைய தாடையின்மீது வியர்வை பெருகி வழிந்தது.

உடல் பருமன் காரணமாக என்னால் இப்போதெல்லாம் வேகமாக நடமாட முடிவதில்லை. தரையில் உட்கார்ந்தால் உடனே எழுந்துகொள்ளமுடியாமல் சில நொடிகள் அப்படியே உட்கார்ந்தவாக்கில் அசைந்துகொண்டிருப்பேன். கீழே விழுந்து கிடந்த என்னையும் மேகியையும் பார்த்து, “எழாமல் அப்படியே இருங்கள்”என்ற டீ தன் வெண்ணிறக் குதிகால்களைக் காலணிகள் வழியாக வெளிக்காண்பித்தபடி திரும்பினாள். காரை நோக்கிச் சென்றவள் ஒரு போலராய்ட் கேமராவுடன் வேகமாகத் திரும்பி வந்தாள். அந்த வீட்டின்முன் அமர்ந்திருந்த என்னையும் எனக்குப் பின்னால் நடுங்கியபடி இருந்த மேகியையும் புகைப்படத்துக்கு மேல் புகைப்படமாக எடுத்துத் தள்ளினாள். ஒரு புகைப்படத்தில்கூட அந்த வீடு விடுபட்டுப்போய்விடக்கூடாது என்பதில் கவனமாக இருந்தாள். முற்றத்தின் விளிம்பில் அசைபோட்டுக்கொண்டிருந்த பசுவையும் என்னையும், மேகியையும், அந்த வீட்டையும் மாறி மாறி புகைப்படம் எடுத்தாள். பிறகு அந்த போலராய்ட் புகைப்படக்

கருவியை காரின் பின்பக்க இருக்கையில் வைத்துவிட்டு வந்து என்னுடைய முன்நெற்றியில் முத்தமிட்டாள்.

இதற்கிடையில் அஸ்ஸலாமு அலைக்கும், மேகியினுடைய கைகளைப் பிடித்துக் குலுக்க முயற்சித்துக்கொண்டிருந்தான். மேகியோ வியர்வைச் சூட்டில் வெம்மையாகவும், அச்சத்தால் மீனைப்போலவும் சில்லிட்டிருந்த தன் கைகளைப் பின்னே இழுத்துக்கொள்ள முயற்சித்துக்கொண்டிருந்தாள். அவன் மேகியின் கைகளை நாகரிகமாகக் குலுக்க விரும்பினாலும், ஒருவருடன் எப்படிக் கைகுலுக்கவேண்டும் என்பது அவனுக்குத் தெரியாததுபோல அக் காட்சி இருந்தது. எப்படியோ அவன் அந்த எண்ணத்தை வெகு சீக்கிரம் கைவிட்டிருந்தான்.

நான், "வா, வா டீ!" என்றேன்.

அவள்,"இல்லை அம்மா! டீ இல்லை. வேங்கரோ லீவாணிக்கா கெமாஞ்சோ" என்றாள்.

"டீக்கு என்ன ஆனது"? நான் அறிந்துகொள்ள விரும்பினேன்.

"அவள் இறந்துவிட்டாள்" என்றாள் வேங்கரோ. என்னை ஒடுக்குகிறவர்களின் பெயரால் நான் அழைக்கப்படுவதை இன்னும் என்னால் தாங்கிக்கொண்டிருக்க முடியாது."

நான், "உன்னுடைய அத்தை டிஸியின் பெயரால்தான் நீ அழைக்கப்பட்டாய் என்பது என்னைப்போலவே உனக்கும் தெரியும்" என்றேன்.

டிஸி என்னுடைய சகோதரி. அவள்தான் இவளுக்கு டீ எனப் பெயரிட்டாள். டீ பிறந்த பிறகு நாங்கள் எங்கள் சகோதரியை "பெரிய டீ" என்று அழைத்தோம்.

"ஆனால், அவள் யாரின் பெயரால் அழைக்கப்பட்டாள்?" எனக் கேட்டாள் வேங்கரோ.

நான், "பாட்டியம்மாள் டீயின் பெயரால் என நினைக்கிறேன்" என்றேன்.

"அவள் யாரின் பெயரால் அழைக்கப்பட்டாள்?" என்று கேட்டாள் வேங்கரோ.

நான், "அவளுடைய தாயின் பெயரால்" என்றேன்.

வேங்கரோ களைப்படைந்துகொண்டிருப்பதைப் பார்த்தேன். “என் நினைவுக்கு எட்டியவரை” என்றேன் நான். ஆனால் உண்மையில் உள்நாட்டுப் போரையும் கடந்து கிளைக் கதைகளாக அதை என்னால் கொண்டு சென்றிருக்க முடியும்.

“நீங்கள் சொல்வது சரி” என்று அந்தப் பேச்சுக்கு முற்றுப்புள்ளி வைக்க முயன்றான் அஸ்ஸலாமு அலைக்கும்.

“அஹ்ஹ்ஹ்ஹ்ஹ்” என ஒலியெழுப்பினாள் மேகி.

“டிஸி நம்முடைய குடும்பத்திற்குள் வந்தபோது நானே இங்கு இல்லை. அப்படியிருக்க நான் எதற்காக அதை அவ்வளவு தூரம் ஆராயவேண்டும்?” என்றேன்.

கார் வாங்கப் போகும் ஒருவர் அதைச் சுற்றிவந்து மேற்பார்வையிடுவது போல, இளித்தபடி அவன் அங்கேயே நின்றுகொண்டிருந்தான். அவ்வப்பொழுது அவனும் வேங்கரோவும் எனக்குப் பின்னால் கண் ஜாடை காட்டிக்கொண்டார்கள்.

“நீ இந்தப் பெயரை எப்படி உச்சரிக்கிறாய்?” என்று கேட்டேன்.

“உங்களுக்கு விருப்பம் இல்லை என்றால் அந்தப் பெயரால் நீங்கள் என்னை அழைக்க வேண்டாம்” என்றாள் வேங்கரோ.

“ஏன் அழைக்கக் கூடாது? நாங்கள் உன்னை அந்தப் பெயரால் அழைக்கவேண்டும் என்று நீ விரும்பினால் நாங்கள் அழைக்கிறோம்.”

“முதலில் அது சிறிது விகாரமாக ஒலிப்பதாகத் தோன்றலாம்” என்றாள் வேங்கரோ.

“அதைத் திரும்ப ஒருமுறை சொல். நாங்களும் அதற்குப் பழகிக் கொள்வோம்” என்றேன்.

விரைவில் நாங்கள் அந்தப் பெயர் குறித்த விவாதத்தை எங்கள் உரையாடலின் பாதையில் இருந்து விலக்கினோம். அஸ்ஸலாமு அலைக்குமின் முழுப் பெயர் இரு மடங்கு நீளமாகவும் மூன்று மடங்கு கடினமாகவும் இருந்தது. அதன்மீது இரண்டு அல்லது மூன்றுமுறை நான் இடறிய பிறகு அவன் என்னிடம், “நீங்கள் என்னை ஹக்கீம் என்கிற முடிதிருத்துபவன் என்றுமட்டும் அழைத்தால் போதும்” என்றான். அவன் முடிதிருத்துபவனா என்று நான் கேட்க விரும்பினாலும் அது உண்மையில்லை என்று நான் நினைத்ததால் அதைப் பற்றி எதுவும் கேட்கவில்லை.

“பன்றி போன்ற சில கால்நடைகளைப் பராமரிக்கும் கூட்டத்தைச் சேர்ந்த ஒருவராக நீங்கள் இருக்கவேண்டும். அவர்களும் மற்றவர்களைச் சந்திக்கிறபோது ‘அஸ்ஸலாமு அலைக்கும்’ என்று கூறுகிறார்கள். ஆனால் கைகளைக் குலுக்குவதில்லை. கால்நடைகளுக்கு உணவிட்டு, வேலிகளைப் பொருத்திக்கொண்டு, உப்பு இட்டபடி, கூடாரங்களை அமைத்தபடி, வைக்கோலை உலர்த்தியபபடி ஓய்வின்றி எப்போதும் உழைத்துக்கொண்டிருக்கிறார்கள். வெள்ளையர்கள் அவர்களுடைய கால்நடைகள் சிலவற்றுக்கு விஷம் வைத்தபோது தங்கள் கைகளில் துப்பாக்கி ஏந்தி இரவு முழுவதும் காவல் காத்தார்கள். அதைப் பார்ப்பதற்காகவே நான் ஒன்றரை மைல் தூரம் நடந்து சென்றேன்” என்றேன்.

ஹக்கீம் என்கிற முடிதிருத்துபவன், “அவர்களுடைய சில கோட்பாடுகளை நான் ஏற்கிறேன். ஆனால் விவசாயம் செய்வதும் கால்நடைகள் வளர்ப்பதும் என்னுடைய பாணி இல்லை.” (வேங்கரோ (டீ) உண்மையில் அவனை மணம் செய்துகொண்டாளா என்று அவர்களும் என்னிடம் சொல்லவில்லை; நானும் அவர்களைக் கேட்கவில்லை).

நாங்கள் உண்பதற்காகத் தரையில் உட்கார்ந்த உடனேயே அவன், தான் சீமைக் கீரை உண்பதில்லை என்றும், பன்றி இறைச்சி அசுத்தமாக இருப்பதாகவும் சொன்னான். ஆனால் எல்லாவற்றையும் ஒன்றுவிடாமல் உண்ட வேங்கரோ இனிப்பு சீனிக் கிழங்குகளை உண்டபடி வேகமாகப் பேசிக்கொண்டிருந்தாள். எல்லாமே அவளை மகிழ்ச்சியில் ஆழ்த்தியது. நாற்காலிகள் வாங்கப் போதுமான வசதியில்லாததால் அவளுடைய தந்தை தயாரித்த நீண்ட இருக்கையையே நாங்கள் இன்னும் மேசைக்குப் பதிலாக பயன்படுத்திக்கொண்டிருந்த விசயம் உட்பட.

“அம்மா!” என்று உற்சாகமாகக் கூவிய டீ, ஹக்கீம் பக்கம் திரும்பி, “இந்த நீளமான இருக்கைகள் இவ்வளவு அழகானவை என்று எனக்கு இதுவரை தெரியாது. அதன் அழுத்தமான அச்சுகளை நாம் உணரமுடியும்” என்று தன் கையை அந்த இருக்கைக்கு மேலே படரவிட்டபடி சொன்னாள். டீ வெண்ணெயால் செய்த உணவுப் பண்டத்தின்மீது தன்னுடைய கைகளை மூடிக்கொண்டு ஒரு பெருமூச்சுவிட்டவள், “நான் எடுத்துக்கொள்ளட்டுமா என்று கேட்க விரும்பிய பொருள் ஒன்று இங்கிருக்கிறது” என்றாள்.

பிறகு மேஜை மீதிருந்து குதித்து தயிர் கடையும் சட்டியும் மத்தும் சாத்தி வைக்கப்பட்டிருந்த அந்த வீட்டின் மூலைக்குச் சென்றாள். அதில் ஒட்டியிருந்த பால் இப்போது மிக மோசமாகக் கெட்டுப்போயிருந்தது. அவள் அந்தச் சட்டியையும் மத்தையும் மீண்டும் மீண்டும் பார்த்தாள்.

"இந்தத் தயிர் கடையும் சட்டியின் மூடிதான் எனக்கு வேண்டும்" என்றாள். "நாம் வைத்திருந்த ஒரு மரத்திலிருந்துதானே பெட்டி மாமா இதைச் செதுக்கினார்?" என்று கேட்டாள்.

நான், "ஆமாம்" என்றேன்.

"அஹ் அஹ்" என்று மகிழ்ச்சியாக ஒரு ஓசையை எழுப்பியவள், "எனக்கு அந்த வெண்ணெய் கடையும் மத்தும்கூட வேண்டும்" என்றாள்.

அந்த முடிதிருத்துபவன், "பெட்டி மாமாதான் அதையும் செதுக்கினாரா?" என்று கேட்டான்.

டீ (வேங்கரோ) என்னை நிமிர்ந்து பார்த்தாள்.

யாருக்கும் கேட்க வாய்ப்பற்ற ஒரு குரலில், "டீ அத்தையின் முதல் கணவரான ஸ்டாஷ் என்று அழைக்கப்பட்ட ஹென்றிதான் அந்த வெண்ணெய் கடையும் மத்தைச் செய்தார்" என்றாள் மேகி.

சிரித்தபடி, "மேகியின் மூளை ஒரு யானையின் மூளையைப் போன்றது" என்றாள் வேங்கரோ.

"இந்த மூடியை எங்கள் வீட்டு பால்கனி மேசையின் நடுப்பகுதியில் நான் வைத்துக்கொள்வேன்" என்றவள் அந்த மூடியின்மீது வைக்கப்பட்டிருந்த ஒரு தட்டைக் கீழே தள்ளிவிட்டு, "வெண்ணெய் கடையும் மத்தைக் கலைநயமான ஒரு பொருளாக எப்படி மாற்றுவது என்பதைப் பற்றி நான் இதற்குமேல்தான் யோசிக்கவேண்டும்" என்றாள். அந்த மத்தை எடுத்து ஒரு உறையில் இட்டு நன்றாகச் சுற்றி மூடினாள். ஆனால் அதன் கைப்பிடி வெளியே நீட்டிக்கொண்டிருந்தது. நான் ஒரு நொடி அதை என் கைகளில் ஏந்தினேன். வெண்ணெய் கடைவதற்காகக் கட்டை விரலாலும் மற்ற விரல்களாலும் மேலும் கீழும் தொடர்ந்து இழுபட்டதால் ஓரங்கள் தேய்ந்துபோயிருந்த பல பகுதிகள் அந்த மத்தில் காணப்பட்டது. பெரிய டீயும் ஸ்டாஷும் வாழ்ந்த

வீட்டின் முற்றத்தில் வளர்ந்த மெல்லிய மஞ்சள் மரத்திலிருந்து அது செதுக்கப்பட்டிருந்தது.

இரவு உணவுக்குப் பின் மேகி சமையலறையில் பாத்திரத்தைக் கழுவத் தொடங்கினாள். என் கட்டிலருகே வந்த டீ வேங்கரோ, அதன் கீழ் குதியினூடாகக் கைகளை அலைபோலச் செலுத்தித் துழாவிய பிறகு இரண்டு கம்பளிப் போர்வைகளுடன் வெளியே வந்தாள். அவற்றில் ஒரு போர்வை தனித்திருக்கும் நட்சத்திரம்போலவும் இன்னொன்று மலையைச் சுற்றி நடை பயில்வதாகவும் வடிவமைக்கப்பட்டிருந்தது. பாட்டிமா டீயும், பெரிய டீயும் இணைந்து உருவாக்கிய அவற்றை வழக்கமாக நான் வீட்டின் தாழ்வாரத்தில் தொங்கவிட்டிருப்பேன். பாட்டிமா டீ, ஐம்பது அல்லது அதற்கு மேற்பட்ட ஆண்டுகளுக்குமுன் பயன்படுத்திய உடைகளின் துண்டுகளாலும், தாத்தா ஜட்டல்ஸ் பெய்ஸ்லியின் சட்டைத் துண்டுகளாலும் அவை உருவாக்கப்பட்டிருந்தன. சிறிய தீப்பெட்டி அளவுக்கு இருந்த மிகச் சிறிய, வெளுத்துப்போன ஒரு நீலத் துண்டு, புகழ்வாய்ந்த எஸ்ரா தாத்தா அவர்கள் உள்நாட்டுப் போரின்போது அணிந்த சீருடையிலிருந்து எடுக்கப்பட்டிருந்தது.

“அம்மா! இந்தப் பழைய கம்பளிப் போர்வைகளை நான் எடுத்துக்கொள்ளவா?” ஒரு பறவையின் இனிமையான குரலில் கேட்டாள் வேங்கரோ.

சமையலறையில் இருந்து எதோ கீழே விழும் ஓசையை நான் கேட்டேன். ஒரு நிமிடத்துக்குப் பிறகு சமையலறைக் கதவு சத்தத்துடன் மூடப்பட்டது.

“நீ ஏன் வேறு ஏதாவது ஒன்றை எடுத்துக்கொள்ளக்கூடாது? இந்தப் பழைய பொருட்கள், உன்னுடைய பாட்டியம்மாள், தான் இறப்பதற்கு முன் கத்தரித்த சில அங்கிகளில் இருந்து நானும் பெரிய டீயும் உருவாக்கியவை.”

“இல்லை. அவையெல்லாம் எனக்கு வேண்டாம். அவை இயந்திரம்கொண்டு தைக்கப்பட்டவை” என்றாள் வேங்கரோ.

“அது அவற்றை நீண்ட நாள் உழைக்கச் செய்யும்.”

“அது விஷயமே இல்லை. இவையெல்லாம் பாட்டியம்மாள் உடுத்திய ஆடைகளின் துண்டுகள். இந்தத் தையல் எல்லாம்

அவள் தன் கைகளாலேயே செய்தவை. ஆகா!" என்ற வேங்கரோ, தன்னுடைய மணிக்கட்டில் அந்தக் கம்பளிப் போர்வைகளைப் பாதுகாப்பாக ஏந்திக்கொண்டு அவற்றை வருடினாள்.

"இதிலுள்ள சில இளஞ்சிவப்புத் துண்டுகள் அவளுடைய அம்மா அவளுக்குக் கொடுத்த பழைய ஆடைகளில் இருந்து எடுக்கப்பட்டவை" என்று சொல்லிக்கொண்டே நான் அந்தக் கம்பளிப் போர்வைகளை எட்டித் தொடப்போனேன். டீ வேங்கரோ நான் அதைத் தொடமுடியாதபடி பின்னால் நகர்ந்தாள். அதாவது, அவை ஏற்கனவே அவளுக்குச் சொந்தமாகிவிட்டிருந்தனவாம். அவற்றைத் தன்னுடைய நெஞ்சின்மீது வைத்து இறுக்கி அழுத்திப் பிடித்தபடி அவள் மறுபடி பெருமூச்சுவிட்டாள்.

"உண்மை என்னவென்றால், மேகிக்கும் பாங்கி ஜான் தாமஸுக்கும் திருமணப் பரிசாக அவற்றைத் தருவதாக நான் ஏற்கனவே உறுதி அளித்திருக்கிறேன்" என்றேன்.

இதைக் கேட்டதும் தேனீயால் கொட்டப்பட்டதைப்போல மூச்சுத் திணறினாள் டீ.

"மேகிக்கு இந்தக் கம்பளிப் போர்வைகளினுடைய மதிப்பு தெரியாது. அவள் இதைத் தினசரிப் பயன்பாட்டுக்கு வைத்துக்கொள்ளும் அளவுக்குக் கீழான ரசனை உள்ளவள்."

"மேகி அப்படிப்பட்டவள் என்றுதான் நானும் நினைக்கிறேன். யாரும் பயன்படுத்தாமல் எவ்வளவு காலமாக நான் அவற்றைப் பாதுகாத்து வருகிறேன் என்பது கடவுளுக்குத்தான் தெரியும். அவள் அதை நிச்சயமாகத் தினந்தினம் பயன்படுத்துவாள் என்று நான் நம்புகிறேன்."

டீ வேங்கரோ கல்லூரிப் படிப்புக்காக வெளியூர் சென்றபோது அந்தக் கம்பளிப் போர்வையை ஏற்றுக்கொள்ளும்படி அவளிடம் கேட்டதையும், "அவை பழங்காலத்தவை. இன்றைய நாகரிக பாணியில் இல்லை" என அவள் ஒரேயடியாக மறுத்ததையும் நான் இந்த நேரத்தில் அவளிடம் சொல்லிக்காட்ட விரும்பவில்லை.

"ஆனால் அவை விலைமதிப்பற்றவை" என்று தன் வழக்கமான கோபத்துடன் அவள் இப்போது, "மேகி அவற்றைக் கட்டிலின்மீது போடுவாள். ஐந்து ஆண்டுகளுக்குள், ஏன் இன்னும் குறைவான காலத்திலேயே அவை கந்தலாகிவிடும்" என்றாள்.

“இதுபோன்ற கம்பளிப் போர்வைகளை எப்படி உருவாக்குவது என்று மேகிக்குத் தெரியும்” என்றேன் நான்.

டீ வேங்கரோ என்னை வெறுப்புடன் பார்த்தாள்.

“நீங்கள் புரிந்துகொள்ளவேமாட்டேன் என்கிறீர்கள். விஷயம், இந்தக் கம்பளி போர்வைகள், இந்தக் கம்பளிப் போர்வைகள் பற்றியது” என இரண்டு முறை அழுத்திச் சொன்னாள்.

“சரி” தோற்றுப்போனவளாக நான் கேட்டேன் “நீ அவற்றை வைத்துக்கொண்டு என்ன செய்வாய்?”

“அலங்காரமாகச் சுவரில் தொங்கவிடுவேன்” என்று, ஏதோ அது ஒன்றுதான் கம்பளிப் போர்வைகளின் பயன்பாடு என்பதுபோலச் சொன்னாள்.

இதற்கிடையில் கதவின் அருகே வந்து நின்றிருந்த மேகியின் பாதங்கள் ஒன்றோடொன்று உரசித் தேய்த்தன. இதுவரை எதையும் வெற்றிகொள்ளாத, எதையும் தனக்காக ஒதுக்கிவைத்துக்கொள்ளாத ஒருவரின் குரலில், “அவள் அதை எடுத்துக்கொள்ளட்டும் அம்மா. இந்தக் கம்பளிப் போர்வைகள் இல்லாமல்கூட பாட்டியம்மாள் டீயை என்னால் நினைவு கூரமுடியும்” என்று சொன்னாள் மேகி.

நான் அவளை முறைத்துப் பார்த்தபோது அவள் தன்னுடைய கீழுதட்டில் செக்கர் பெர்ரியாலான மூக்குப் பொடியைப் பூசி இருந்ததைக் கவனித்தேன். கையடக்கமான நாய்க்குட்டி ஒன்று மயக்கநிலையில் இருப்பதான ஒரு தோற்றத்தை அது அவளுடைய முகத்துக்குத் தந்தது. பாட்டியம்மாள் டீயும், பெரிய டீயும் கம்பளிப் போர்வைகளை எப்படி உருவாக்குவது என்று அவளுக்குக் கற்றுக்கொடுத்திருந்தார்கள். மேகி தன்னுடைய அழுக்கான கைகளைத் தன் பாவாடையின் மடிப்புகளில் மறைத்தபடி நின்று தன் சகோதரியை அச்சம்போன்ற ஒரு உணர்வுடன் பார்த்தாளேயொழிய கோபப்படவில்லை. அது மேகியின் பழக்கம். கடவுளின் எண்ணம் இப்படித்தான் இருக்கும் என்று அவளுக்குத் தெரிந்திருந்தது.

இப்போது நான் தீர்மானமாக, “நீ வேறு ஏதாவது ஒன்றை எடுத்துக்கொள்!” என்று டீயிடம் சொன்னேன். இதைக் கேட்ட டீ ஒரு வார்த்தைகூடப் பதில் பேசாமல் ஹக்கீம் என்கிற முடி திருத்துபவனை நோக்கிச் சென்றாள்.

நானும் மேகியும் அவளை வழியனுப்ப காருக்கு அருகே சென்ற போது, "நீங்கள் அதைச் சிறிதும் புரிந்துகொள்ளவில்லை" என்றாள்.

"நான் எதைப் புரிந்துகொள்ளவில்லை?" அவள் என்னதான் சொல்லப்போகிறாள் என்று நான் உண்மையிலேயே அறிய விரும்பினேன்.

"நம்முடைய பாரம்பரியத்தை" என்றாள் அவள்.

பிறகு மேகியிடம் திரும்பி அவளை முத்தமிட்டாள். "நீயும் ஒரு நல்ல நிலைமைக்கு உன்னை ஆளாக்கிக்கொள்ளவேண்டும். உண்மையிலேயே நமக்கான விடிவுகாலம் தோன்றியிருக்கிறது. ஆனால், நீயும் அம்மாவும் வாழ்கிற இந்த வாழ்க்கைமுறையில் அதை நீ எப்போதுமே அறிய வாய்ப்பில்லை" என்றபடி அவள் தன் மூக்கின் நுனி, முகவாய் என முகம் முழுவதையும் மறைத்த ஒரு குளிர்க் கண்ணாடியை அணிந்துகொண்டாள். பதிலுக்கு மேகி புன்னகைத்தாள். அந்தப் புன்னகை ஒருவேளை அந்தக் குளிர்க் கண்ணாடிகளை நோக்கிக்கூட இருக்கலாம். ஆனால் அச்சம்கொண்டதாக இல்லாமல் அது உண்மையான ஒரு புன்னகையாக இருந்தது.

அந்தக் காரின் புழுதி அடங்கும்வரை பார்த்துக்கொண்டிருந்த பிறகு நான் மேகியிடம் ஒரு சிட்டிகை மூக்குப்பொடியைக் கொண்டுவருமாறு கேட்டேன். பிறகு வீட்டுக்குள் சென்று படுக்கும்வரை அந்த முற்றத்தில் நாங்கள் இருவரும் மகிழ்ச்சியுடன் அமர்ந்திருந்தோம்.

ஆலிஸ் வாக்கர் (81 வயது)

வறுமையான குடும்பச் சூழலில் அமெரிக்காவில் பிறந்த ஆலிஸ் வாக்கர், தன் எட்டாவது வயதில் சகோதரர்களுடன் விளையாட்டுத் துப்பாக்கியால் ஒருவரை ஒருவர் சுட்டு விளையாடிக் கொண்டிருக்கையில், வலது கண்ணில் துகள்கள் பாய்ந்து கண் பார்வை இழந்தார். அதற்கு முன்னான ஆலிஸ் கலகலப்பான வாயாடிச் சிறுமகள். ஆனால் அந்த விபத்து தன் முகத்தைக் கோரமாக மாற்றியதால் அவமானமாகவும்,

தன் குடும்பம் தன்னைப் புறக்கணிப்பதாகவும் நினைத்துத் தனிமைக்குத் தன்னை ஒப்புக்கொடுத்தாள். ஆறு வருடங்களுக்குப் பிறகு அந்தத் தழும்பு மறைந்தாலும், தனிமை ஏற்படுத்திய தழும்பு மறையவில்லை என்பது பின்னாட்களில் அவர் கதைகளில் தெரிந்தது.

நம்பிக்கை இழக்காது ஒற்றைக் கண்ணின் பார்வையுடன் படித்து, கல்வி உதவித் தொகை பெற்றார். பிறகு எழுத்தாளராக, போர் எதிர்ப்பாளராக, சமூகச் செயற்பாட்டாளராக விளங்கினார். நாவல், சிறுகதை, கவிதை எனப் பல தளங்களில் எழுதிப் புலிட்சர் பரிசு பெற்ற இவர், எழுத்தில் மட்டுமல்லாது சமூக அக்கறையுடனும் செயல்பட்டது குறிப்பிடத்தக்கது.

முனைவர் கயல், வேலூரில் தன்னுடைய பள்ளி, கல்லூரிப் படிப்பை முடித்து தன் 26 ஆண்டுகாலக் கல்லூரிப் பணியில், வணிகவியல் துறை விரிவுரையாளராக, மேலாண்மையியல் துறை இயக்குநராகப் பணியாற்றி, வேலூரில் உள்ள முத்துரங்கம் அரசு கலைக் கல்லூரியில் வணிகவியல் துறை இணைப் பேராசிரியராகத் தற்போது பணியாற்றுகிறார்.

இவர் மூன்று துறைகளில் முதுகலைப் பட்டமும், வணிகவியல், வணிக வேளாண்மையியல் ஆகிய இரண்டு துறைகளில் முனைவர் பட்டமும் பெற்றுள்ளார்.

கல்லூஞ்சல் (2015), மழைக்குருவி (2016), ஆரண்யம் (2018) ஆதிவாசிகள் நிலத்தில் போன்சாய் (2019) உயிரளபெடை (2020) ஆகிய கவிதை நூல்களும், கனவு இல்லம்: அமெரிக்கச் சிறுகதைகள் (2022), பழைய துர்தேவதைகளும் புதிய கடவுளரும்: சமகாலத் திபெத்தியச் சிறுகதைகள் (2022), போரொழிந்த வாழ்வு (நாவல்) (2024), இஸ்தான்புல்லின் ரகசியக் கனவுகள் (நாவல்) (2025) ஆகிய மொழிபெயர்ப்பு நூல்களும் வெளிவந்துள்ளன.

www.ingramcontent.com/pod-product-compliance
Lightning Source LLC
LaVergne TN
LVHW100310051026
849517LV00006B/2247
* 9 7 8 9 3 9 5 2 3 3 9 6 5 *